'स्वत:ला शिकवा' ही पुस्तकांची मालिका गेली साठ वर्षे संपूर्ण जगात विश्वासपात्र ठरली आहे. या नवीन मालिकेतील 'एका आठवड्यात' ही व्यावसायिक पुस्तके जगातल्या सगळ्या पातळ्यांवर काम करणाऱ्या लोकांना आपली कारकीर्द पुढे नेण्यासाठी मदत करण्याच्या हेतूने बनवली गेली आहेत. शिका एका आठवड्यात-तज्ज्ञांनी ज्यासाठी घालवली हयात.

आपल्या स्नेहीजनांना पुस्तके भेट द्या

'TEACH YOURSELF SUCCESSFUL LEADERSHIP IN A WEEK'

या इंग्रजी पुस्तकाचा अनुवाद

यशस्वी नेतृत्व

फक्त एका आठवड्यात

कॅरोल ओ'कॉनर

अनुवाद

विनिता पिंपळखरे

मेहता पब्लिशिंग हाऊस

Please contact us at **Mehta Publishing House,** Pune 411030.
✆ +91 020-24476924 / 24460313 / Mob. No. 9545000513
Email : production@mehtapublishinghouse.com
Website : www.mehtapublishinghouse.com

◆ *या पुस्तकातील लेखकाची मते, घटना, वर्णने ही त्या लेखकाची असून त्याच्याशी प्रकाशक सहमत असतीलच असे नाही.*

TEACH YOURSELF SUCCESSFUL LEADERSHIP IN A WEEK
by CAROL O'CONNOR

First Published in UK 1994 by Hodder Education,
part of Hachette UK, 338 Euston Road, London NW1 3BH
www.hoddereducation.co.uk
Translated into Marathi Language by Vinita Pimpalkhare

यशस्वी नेतृत्व : फक्त एका आठवड्यात / मार्गदर्शनपर

अनुवाद : विनिता पिंपळखरे
Email : author@mehtapublishinghouse.com

प्रकाशक : सुनील अनिल मेहता, मेहता पब्लिशिंग हाऊस,
१९४१, सदाशिव पेठ, माडीवाले कॉलनी, पुणे - ४११०३०.

मुद्रक : पार्कसन्स ग्राफिक्स

मुखपृष्ठ : मेहता पब्लिशिंग हाऊस

प्रथमावृत्ती : ऑगस्ट, २०२१

किंमत : ₹ १७०

P Book ISBN 9789391151430
E Book ISBN 9789391151539
E Books available on : amazonkindle Apple Books Google Play Books

---

प्रस्तावना

जगातल्या राजकीय आणि व्यावसायिक घडामोडींमधून आपल्याला नेतृत्वाचे महत्त्व उलगडते. जेव्हा ते नसते, तेव्हा सारे अस्ताव्यस्त होते. जेव्हा ते प्रेरित करते, तेव्हा गोष्टी सुधारतात. या पुस्तकाचा हेतू हा चांगल्या लोकांना मूळ तत्त्व सादर करून नेता होण्यासाठी प्रोत्साहित करणे हा आहे. टप्प्याटप्प्याने प्रवेश करत, प्रशिक्षण आणि प्रयत्नांनी कौशल्य प्राप्त करण्याचा मार्ग हे पुस्तक दाखवते.

नम्रपणा, अननुभव, किंवा साशंकता जरी मार्गात येत असली, तरी कुणीही नेता बनू शकते. हा सात दिवसांचा कार्यक्रम वाचकांना त्यांची बलस्थाने ओळखून त्यावर निर्भर राहण्याचे मार्गदर्शन करतो. तसेच तो त्यांच्या कमतरतांवर लक्ष केंद्रित करून त्यावर चांगल्या पद्धतीने मात करण्यास मदत करतो.

यातील महत्त्वाचा विषय आहे, 'स्व-जागरूकता'. प्रत्येक कृती, कल्पना आणि सूचनेच्या मुळाशी याचे महत्त्व असते. लोक जेव्हा संशोधनाला सुरुवात करतात, तेव्हा स्वत:मधले आतले स्रोत बघतात आणि कधीच न वापरल्या गेलेल्या नेतृत्वाच्या गुणवत्तेचा त्यांना शोध लागतो, तेव्हा ते आश्चर्यचकित होतात. त्याचा परिपाक म्हणजे त्यांच्या व्यक्तिमत्त्वाचा त्याबरोबरच नेतृत्वाचाही विकास होतो.

तथापि जबाबदारी अंगावर घेणे, हे कधीच सोपे नसते. आठवडाभराच्या या कार्यक्रमात प्रत्येक दिवशी नेतृत्वापुढील आव्हाने आणि फायदे यांचे स्वरूप विशद केले आहे. इतर लोकांना प्रेरित करून त्यांच्या मदतीचा लाभ घेणे, हीही एक त्यामधलीच गरज सांगितली आहे. नेत्यांनी उपलब्ध वेळ आणि साधने यांच्या मर्यादा ओळखून प्राधान्यक्रम ठरवला पाहिजे, मार्गदर्शन केले पाहिजे आणि निर्णय

घेतले पाहिजेत. नेतृत्वगुण प्रगत होण्यासाठी सात दिवसीय कार्यक्रमात पुढील विषयांचा ऊहापोह केलेला आहे.

रविवार - स्व-जागरूकता

सोमवार - लोकांना समजून घेणे

मंगळवार - संज्ञापन (कम्युनिकेशन)

बुधवार - अधिकार आणि सत्ता

गुरुवार - निर्णय घेणे

शुक्रवार - जोडणे आणि सांगड घालणे

शनिवार - उद्दिष्टे आणि प्रेरणा

– कॅरोल ओ'कॉनर

अनुक्रमणिका

इकाई १

स्व-जागरूकता

यशस्वी नेतृत्वाची सगळ्यात पहिली पायरी आहे, स्व-जागरूकतेचा विकास करणे. ज्या नेत्यांना स्वतःकडे सूक्ष्म दृष्टीने पाहता येत नाही, त्यांची तुलना स्वरबहिऱ्या वादकाशीच करावी लागेल. जरी त्यांनी कवायत करून अथवा तालीम करून तांत्रिक कौशल्य मिळवले, तरी त्यांचे प्रत्येक सादरीकरण हे सुरुवात करण्याआधीच फसले असेल, कारण ते जे वाजवत आहेत ते सुरात आहे की बेसूर हे रसिकांनी प्रतिक्रिया दिल्याशिवाय त्यांना माहीत होणार नाही.

नेत्यांनी चुकीच्या स्वरावर हात पडण्याचा धोका कमी करणे गरजेचे असते, त्यासाठी आधीच ताबडतोब कृती करून सावरून घ्यावे लागते. ते कसे घ्यायचे, हे स्व-जागरूकता शिकवते. खालील चार गोष्टी स्व-जागरूकतेचा विकास घडवण्यासाठी साहाय्यभूत होतात.

१ नेतृत्वासाठी आवश्यक गुण
२ बलस्थानांचे आणि कमतरतांचे परीक्षण
३ नेत्याचे अनुयायित्व
४ व्यक्तिगत विकास

नेतृत्वासाठी आवश्यक असणारे गुण

नेतृत्वाबद्दल तीन सर्वसामान्य समज आहेत.

१. नेतृत्व हे आनुवंशिक असते आणि नेता जन्माला येताना नेता म्हणूनच जन्माला येतो.
२. काही स्वभावविशेष नेता घडवतात, उदा. महत्त्वाकांक्षा, आकर्षकता, आत्मविश्वास, बुद्धिमत्ता, पुढाकार घेण्याची वृत्ती, स्वतंत्र बाणा असे अनेक.
३. काही विशिष्ट परिस्थितीशी सामना करावा लागल्याने, नेतृत्वाची जबाबदारी अंगावर पडल्याने नेते उदयास येतात.

गेली बरीच वर्षे व्यावसायिक क्षेत्रात, विद्यापीठांत आणि सैन्यात नेतृत्वाचे नेमके खरे स्वरूप काय आहे, याबद्दल वादविवाद चालू आहेत. त्यात वरील कल्पनांवर अजूनही जगात चर्चा चालू आहे. त्यातल्या प्रत्येक कल्पनेला इतके ठाम पाठिंबा देणारे आहेत की, अशा चर्चा कायम चालतच राहू शकतील.

तथापि, प्रत्येकाचे एका मुद्द्यावर मात्र एकमत आहे. तो असा अगदी स्पष्ट आहे की, नेत्याला अनुयायांचा पाठिंबा असलाच पाहिजे, कारण त्याशिवाय त्याला नेता म्हणून काम करण्याचा अधिकार प्राप्त होत नाही. नेत्याचा हा पाठिंबा जेव्हा जातो, तेव्हा अल्पावधीतच त्याचे नेतेपदही जाते.

१९७०मध्ये जेम्स मॅक्ग्रेगर बुर्न्स यांनी असे लिहून ठेवले आहे की, नेते आणि अनुयायी यांना एकमेकांची गरज असते. ते म्हणतात, ‘जेव्हा नेते न्याय्य पद्धतीने आपल्या अनुयायांचे प्रतिनिधित्व करतात आणि अनुयायी निष्ठेने आपल्या नेत्यांना पाठिंबा देतात तेव्हा एक सदाचाराचे वर्तुळ तयार होते. नंतर काही काळाने नेते आपल्या अनुयायांचा आदर राखू शकले नाहीत, तर ते वर्तुळ तुटते आणि अनुयायी आपला पाठिंबा काढून घेतात.’

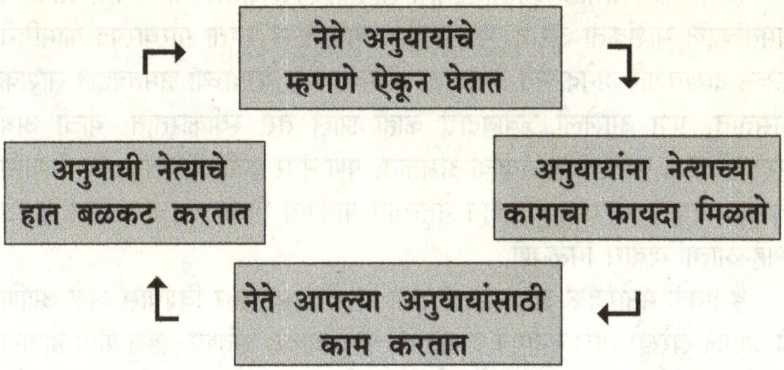

आदर मिळवला जातो. नेत्याचे प्राथमिक अवघड काम हे असते की लोकांना त्याने पटवून द्यावे लागते की, त्यांचा पाठिंबा मिळवण्यास तो लायक आहे. अनुयायांचा पाठिंबा नसेल तर नेतृत्व म्हणजे होऊ घातलेल्या नेत्याचा फक्त कल्पनाविलास एवढेच त्याचे अस्तित्व उरते. नेते आणि अनुयायी यांच्यामधले नाते निर्णायक असते आणि जन्मसिद्ध हक्क, वैयक्तिक गुणवत्ता, एखादी विशिष्ट परिस्थिती किंवा यांची कोणतीही संगती यापेक्षा फार वेगळे आणि महत्त्वाचे असते.

नेतृत्वाची व्याख्या कोणतीही असो त्यात दोघेही नेते आणि अनुयायी यांना एकमेकांची असलेली गरज, याचा समावेश होणे आवश्यक असते. ही एक नेतृत्वाची चांगली व्याख्या आहे–

नेतृत्व म्हणजे एक असे उद्दिष्ट इतरांसमोर ठेवण्याची क्षमता की, जे इतरांना साध्य करावेसे वाटेल. नेत्यांकडे इतर लोकांना बरोबर घेऊन काम करण्याचे कौशल्य तर लागतेच, त्याबरोबर विश्वासही लागतो की ते बदल घडवू शकतात.

वेगवेगळी पार्श्वभूमी असलेले लोक एकत्रितपणे उत्तम पद्धतीने काम करू शकतात, जर त्यांचा काम करायचा हेतू एक असेल, साध्य करायचे ध्येय एक असेल! अशा वेळी नेत्याचे काम हे असते की :

- ✦ प्रत्येकाचे लक्ष ही ध्येये ओळखण्याकडे केंद्रित करणे.
- ✦ जोपर्यंत सगळ्यांना आपली ध्येये काय आहेत हे पूर्णपणे समजत नाही, तोपर्यंत चर्चा आणि वादविवादाला प्रोत्साहन देणे.
- ✦ ध्येय साध्य करण्यासाठी कृती करण्याला प्रेरणा देणे.

हे सारे करण्यासाठी आत्मविश्वास लागतो. होऊ घातलेल्या नेत्यास आपल्या क्षमतांबद्दल साशंकता असते. कुठलाही गाजावाजा न करता गौरवास्पद कामगिरी करून दाखवणारे अनेक नेते असतात, जे स्वत:च्या नेतृवाच्या क्षमतेबद्दल साशंक असतात, पण आलेली जबाबदारी काही झाले तरी स्वीकारतात. याचा अर्थ सुरुवातीला ते स्वत:बद्दल साशंक असतात, पण नंतर कृती करण्यासाठी लागणारा विश्वास त्यांना सापडतो, म्हणून नेतृत्वात प्रावीण्य मिळवण्याची पहिली पायरी आहे आत्मविश्वास मिळवणे.

हे इतके मनोरंजक आहे की, ज्यांचा आधीच स्वत:वर विश्वास आहे आणि जे आपले खरेखुरे मोल मनोमन जाणतात त्यांना आदर, प्रतिष्ठा सहज प्राप्त होताना दिसते, पण ज्यांना स्वत:च्या योग्यतेची जाणीव विकसित करायची गरज असते, त्यांना मात्र इतरांची मान्यता क्वचितच मिळते.

रोजच्या जीवनात भावी नेते इतरांच्या अडचणी जेव्हा समजून घ्यायचा प्रयत्न करतात, तेव्हा आदर मिळण्याची प्रक्रिया सुरू होते. स्वत:बरोबर इतरांच्या अडचणी जेव्हा सहकारी लक्षात घेतात, तेव्हा परस्परांची योग्यता जाणण्यास सुरुवात होते. आदर देण्याघेण्याचा हाच पाया आहे.

काही नेते असेही असतात की ते जबरदस्तीने अथवा विविध क्लृप्त्या वापरून सत्ता मिळवतात, पण जर इतिहासात डोकावून पाहिले, अथवा राजकीय वर्तुळातल्या वर्तमानपत्रातल्या गोष्टींचा आढावा घेतला किंवा व्यवसायामध्ये पाहिले तर वारंवार असे आढळून येते की, असे मार्ग चोखाळणाऱ्यांची चलती फार थोडा काळ टिकते.

जे नेते प्रेरणा देतात, कामे उभी करतात, निर्मिती करतात आणि इतरांना यशस्वी होण्यासाठी प्रोत्साहन देतात, त्यांना दीर्घकाळ यश मिळते आणि भविष्यकाळात त्यांचे स्मरण ठेवले जाते, पण जे लबाडी करतात, नाश करतात, फसवतात, किंवा इतरांचे महत्त्व कमी करतात, त्या नेत्यांना टाळले जाते किंवा जेव्हा त्यांचे सामर्थ्य कमी होते, तेव्हा त्यांना नष्ट केले जाते, असे नेहमी होतेच.

बलस्थानांचे आणि कमतरतांचे परीक्षण

नेत्यांना आपल्या बलस्थानांबद्दल आणि कमतरतांबद्दल उत्तम जाण असावी लागते. नेतृत्वाच्या कृतीत प्रगती करण्यासाठीचा तो आरंभबिंदू असतो. आपले नेतृत्व प्रभावी आहे की नाही, हे जाणून घ्यायचा एक उपाय म्हणजे इतरांकडून त्याबद्दल अभिप्राय घेणे. आपल्या सहकाऱ्यांना आपल्या नेतृत्वाबद्दल काय वाटते हे विचारणे, हा एक बहुमोल स्वाध्याय होऊ शकतो. अर्थात काही वेळा इतर लोकांच्या कल्पना

या पूर्वग्रहदूषित, ढिसाळ आणि समजुतीचा अभाव असणाऱ्या असू शकतात.

मग नेत्यांना कसे माहीत होईल की, कोणते अभिप्राय त्यांना उपयोगी आहेत आणि कोणते नाहीत? शिवाय नकारात्मक अभिप्राय ऐकल्यावर ते बचावाचा पवित्रा घ्यायचा कसे टाळू शकतील? जर त्यांनी त्यांच्या वागण्याचे समर्थन केले, किंवा स्वत:च्या चुकांवर पांघरूण घातले तर गोष्टी आहेत त्यापेक्षा जास्त बिनसतील. तसेच ज्यांनी मनमोकळा अभिप्राय नोंदवण्याचा धोका पत्करला, त्यांच्याविषयी ते मनात अढी धरतील.

नकारात्मक प्रतिक्रिया हाताळायचा उत्तम उपाय म्हणजे नेत्यांनी इतरांना अभिप्राय विचारण्याआधी स्वत:च्या वर्तणुकीचे स्वत:च परीक्षण करावे. हे आत्मपरीक्षण म्हणजे त्यांना आपल्या सहकाऱ्यांचे अभिप्राय काळजीपूर्वक पडताळून पाहण्यासाठी आधारभूत संदर्भ होईल. आपण खरे कसे आहोत याविषयी प्रामाणिक स्वयंमूल्यमापनातून येणारी आपली स्वयंप्रतिमा, व्यक्तिगत विकासाची ध्येये, कामगिरीचे नवे मापदंड, या साऱ्याचा विचार करून नेता ठरवू शकेल की, त्याच्या सहकाऱ्यांनी दिलेले अभिप्राय हे सुयोग्य, उपयोगी आहेत किंवा यापुढे वर्तणुकीत बदल घडवणे गरजेचे आहे, याचे संकेत देणारे आहेत.

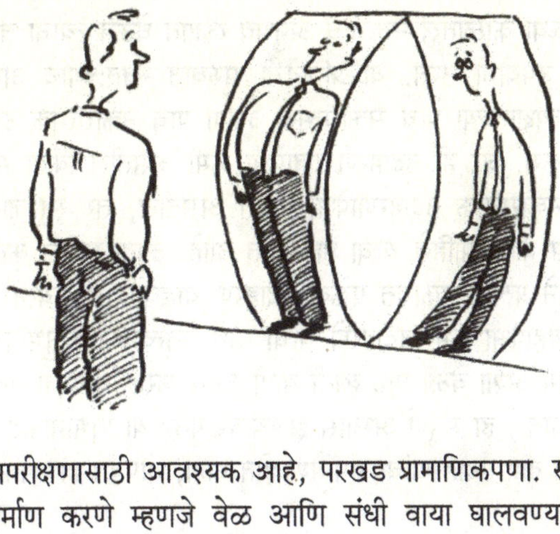

आत्मपरीक्षणासाठी आवश्यक आहे, परखड प्रामाणिकपणा. स्वत:ची खोटी प्रतिमा निर्माण करणे म्हणजे वेळ आणि संधी वाया घालवण्यासारखे आहे. स्वत:चाच पराभव करून घेण्यासारखे आहे. नेत्यांनी आता ते कसे आहेत आणि पुढे त्यांना कोण व्हायचे आहे, यामधली तफावत जाणून घेणे फार गरजेचे असते. त्यांना आत्ताचे त्यांचे कार्यकौशल्य आणि भविष्यातली त्यांची आकांक्षा यातला फरक करता येणे गरजेचे असते. अत्यंत प्रामाणिकपणे केलेले आत्मपरीक्षण हे वैयक्तिक विकासाची उद्दिष्टे आणि ती सफल होण्यासाठी कृतिबद्ध योजना निर्माण

करू शकते. यामध्ये ते स्वत:लाच खालील प्रश्न विचारू शकतात, जसे की...

- ✦ माझी वागणूक न्याय्य आहे का?
- ✦ मी जबाबदारी घेतो का?
- ✦ मी इतरांचे ऐकून घेतो का?
- ✦ मी इतर माणसांची फिकीर करतो का?
- ✦ मी प्रामाणिक आहे का?
- ✦ मी वादविवाद घालण्यास इच्छुक असतो का?
- ✦ माझ्या सहकाऱ्यांचा माझ्यावर विश्वास आहे का?

नेत्याचे अनुयायित्व

प्रत्यक्ष वर्तणुकीचा काळजीपूर्वक अभ्यास हा प्रगत नेतृत्वाचा पाया असतो. त्यात पहिले आव्हान हेच असते की स्वत:लाच प्रश्न विचारायचा की, मी माझ्यासारख्या नेत्याला पाठिंबा देईन का? याचे उत्तर 'नाही' असे आले, तर लोकांना कोणत्या प्रकारच्या नेत्याला पाठिंबा द्यायला आवडते याचा शोध घेण्याची ती सुरुवात असते.

अलीकडच्या काळातले नेतृत्वाचे अनुभव लक्षात घेऊन त्याचा तपशीलवार विचार करणे उपयोगी ठरते. या प्रक्रियेची सुरुवात स्वत:च्याच अलीकडच्या काळातल्या प्रत्यक्षातल्या पाच सकारात्मक आणि पाच नकारात्मक उदाहरणांची यादी बनवून करा. जर ही उदाहरणे दहापेक्षा कमी असतील किंवा सकारात्मक उदाहरणे ही नकारात्मक उदाहरणापेक्षा जास्त असतील, तर स्व-जागरूकतेचा अधिक विकास केला पाहिजे याचा हा संकेत आहे. आता पुढील कृती करण्या आधी एकाग्रतेने प्रत्येक प्रकारात एकेक उदाहरण वाढवण्याचा प्रयत्न करा.

तथापि, दहापेक्षा कमी उदाहरणे याचा अर्थ नेतृत्वाच्या अनुभवाचा अभाव असा होतो. मग अशा वेळी एक छोटी यादी तयार करा. 'यशस्वी नेतृत्व फक्त एका आठवड्यात', हा संपूर्ण अभ्यास झाल्यावर पुन्हा या विभागाकडे या आणि जोपर्यंत यादीत दहा उदाहरणांचा समावेश होत नाही, तोपर्यंत हा उपक्रम वारंवार करत रहा.

स्वत:च्या नेतृत्वाची सकारात्मक आणि नकारात्मक उदाहरणे शोधून झाल्यावर मग वेळ येते, ती सहकाऱ्यांची मते आणि विश्वास नोंदवण्याची. या नव्या यादीत त्यांनी तुमच्या नेतृत्वाच्या वर्तणुकीबद्दल दिलेल्या प्रामाणिक मतांचा समावेश करा. जर वास्तव परिस्थितीत त्यांच्याशी प्रत्यक्ष बोलून मते घेणे शक्य नसेल, तर त्यांच्या तुमच्याबद्दलच्या प्रतिक्रिया काय असतील याचा विचार करा. त्यांच्या

दृष्टिकोनातून स्वत:कडे पाहायचा प्रयत्न करा.

पुन्हा एकदा दोन याद्या करा. पहिल्या यादीत तुमच्या सहकाऱ्यांनी तुमच्या नेतृत्वाबद्दल दिलेले सकारात्मक अभिप्राय किंवा त्यांचा तुमच्याबद्दलच्या सकारात्मक मतांच्या अंदाजाचा समावेश करा. दुसऱ्या यादीत त्यांचे नकारात्मक अभिप्राय किंवा त्याबद्दलचा त्यांच्या उत्तम अंदाजाचा समावेश करा.

खाली दिलेला उपक्रम करा, ज्यामुळे तुम्ही केलेल्या आत्मपरीक्षणाचा, तसेच तुमच्या सहकाऱ्यांच्या मतांच्या यादीचा उपयोग तुम्हाला स्व-जागृतीचा विकास करण्यासाठी होईल.

कृती

दोन याद्यांची तुलना करा : तुमचे आत्मपरीक्षण आणि तुमच्या सहकाऱ्यांच्या कल्पना

- दोन्ही याद्या शेवटपर्यंत सारख्या आहेत का?
- जर नसतील, तर त्यात कोणते फरक आहेत?
- इतर लोक आपल्याकडे कसे पाहात असतील याविषयी तुमची जागरूकता कशी विकसित करता येईल?
- तुम्ही तुमच्या स्वतःच्या वर्तणुकीबद्दलची स्व-जागरूकता कशी विकसित करू शकाल?

व्यक्तिगत विकास

नेतृत्वाच्या वर्तणुकीमधला सकारात्मक व नकारात्मक उदाहरणांचा घेतलेला शोध स्वत:मध्ये काय सुधारणा करायला हवी हे सांगण्यास मदत करतो. तथापि, वर्तणुकीमधला बदल हा अशाच गुणांचा असावा की जे गुण त्या नेत्याकडे आहेत. त्यामुळे बदल केल्यावर त्याचे व्यक्तिमत्त्व नैसर्गिकरीत्या झळाळून उठेल. प्रत्येक व्यक्तीकडे स्वत:चे असे गुणांचे रसायन असते. उदा. धैर्य, सहनशीलता, श्रद्धा, महत्त्वाकांक्षा इ. या अगदी गाभ्यातल्या गुणांचे अद्वितीय रसायन हाच नेतृत्वाच्या यशाचा स्रोत असतो.

जेव्हा नेते स्वत:चे असे गाभ्यातले गुण ओळखतात, स्वीकारतात, तेव्हा त्यांच्या जोरावर ते जास्त आत्मविश्वासाने भरारी घेऊ शकतात. यातून हे ही शोधायला मदत होते की इतर कोणते गुण आवश्यक आहेत, जे त्यांच्याकडे नाहीत. स्वत:चे असे लेखापरीक्षण हे भविष्यात नेतृत्वात्मक कामगिरी उंचवण्याची

पहिली पायरी ठरते.

उदाहरणार्थ, सुस्पष्ट मार्गदर्शन करण्याची क्षमता नसेल तर तो नकारात्मक नेतृत्वगुण ठरतो. अर्थात त्यामागची संभाव्य कारणे अनेक असू शकतात, ज्यात आत्मविश्‍वासाचा किंवा निर्णय घेण्याच्या क्षमतेचा अभाव, विचारांची सुस्पष्टता आणि निर्धाराची गरज यांचा समावेश होतो.

म्हणून 'सुस्पष्ट मार्गदर्शन करण्याची क्षमता नसणे' यावरचे उपाय मात्र वेगवेगळे असतात, जे व्यक्तिगत गुण आणि जडणघडण यावर अवलंबून असतात. नेतृत्वामधली प्रगती ही नकारात्मक नेतृत्वाची वर्तणुकीच्या कारणांचा शोध घेण्यावर अवलंबून असते.

सकारात्मक वर्तन

आता हा प्रश्‍न असा आहे की, नेत्यांनी कसे शोधायचे की कोणते गुण त्यांच्याकडे मुळातच आहेत आणि कोणत्या गुणांचा विकास करणे गरजेचे आहे? याच प्रकरणात तुम्ही या आधी एकत्र केलेल्या सकारात्मक नेतृत्वाच्या याद्यांमधून या प्रक्रियेचा मार्ग उलगडत जातो. या दोन याद्यांमधली प्रत्येक बाब तुम्हाला वैयक्तिक गुण ओळखायला मदत करते.

उदाहरणार्थ, एक सकारात्मक बाब अशी लिहिली असेल की, 'संकटकाळात स्थिर राहिला.' हे वर्तन अनेक गुणांमुळे घडू शकते. जसे की, धैर्य, स्थैर्य आणि विश्‍वास. आता काम असे आहे की, तो गुण नेमका कोणता ज्यामुळे संकटकाळात स्थिर राहता आले, तो ओळखणे. जेव्हा नेत्यांना माहीत होते की, त्यांच्याजवळ मुळातच कोणते गुण आहेत ते परिस्थितीनुसार गरज पडल्यास त्यांच्या मदतीने लढू शकतात.

याचे ज्ञान झाल्याने त्याचा थेट फायदा आत्मविश्‍वास वाढण्यास होतो. 'मी संकटकाळात स्थिर राहू शकतो, कारण माझ्याकडे धैर्य आहे,' हा विचार नक्कीच स्वयंप्रतिमा उंचावणारा ठरतो. एकदा का यादीतल्या प्रत्येक बाबीसाठीचा गुण ओळखता आला की तो गुण त्या बाबीसमोर लिहा. काही गुण वारंवार आढळतील तर काही गुण आश्‍चर्यचकित करतील. या कृतीचा हेतू प्रत्येक सकारात्मक वर्तणुकीच्या मुळाशी कोणता गुण आहे, हे शोधून काढणे हा आहे.

हे आणखी आव्हानात्मक होऊ शकते, जेव्हा यादीमधले गुण हे नेतृत्वाशी सर्वसामान्यपणे जुळत नाहीत, उदा. हळुवारपणा आणि विनयशीलता. याचा परिणाम म्हणून या गुणांकडे दुर्लक्ष करायचा मोह होऊ शकतो. तथापि, हे लक्षात

घेतले पाहिजे की अनेक थोर नेत्यांना हेच गुण मार्गदर्शक ठरले आहेत आणि कोणत्याही नेत्याच्या व्यक्तिमत्त्वाचे ते महत्त्वाचे पैलू आहेत. खरे आव्हान हे आहे की, हे नेतृत्वाशी थेट संबंधित नसणारे गुण कसे आणि केव्हा वापरायचे, जेणेकरून ते नेतृत्वात्मक कामगिरी उंचवण्यास उपयोगी ठरतील.

हे नेहमी शक्य होऊ शकते. या प्रक्रियेची सुरुवात होते जेव्हा आपण आपल्याला जसे आहोत तसे स्वीकारतो आणि आपला प्रत्येक गुण सामर्थ्याने आणि सकारात्मक पद्धतीने कसा व्यक्त करता येईल हे शोधतो. व्यक्तिगत विकास म्हणजे असलेली बलस्थाने स्थापित करणे आणि कमतरतांवर नियंत्रण ठेवणे. व्यक्तिगत गुणविशेष झाकून किंवा लपवून चांगले अभिनेते तयार होऊ शकतील, चांगले नेते नाही.

नकारात्मक वर्तन

नकारात्मक नेतृत्वगुणाच्या याद्या ज्या आपण आधीच केल्या आहेत, त्यातूनही बरेच काही शिकण्याची संधी मिळते. उदाहरणार्थ, एका अभिप्रायामध्ये असा संदर्भ आहे की, 'कंपनीच्या कामकाजाच्या सादरीकरणासाठी विनोदाचा वापर केला', त्यातून निवडीची संधी मिळते, ज्यात खालील गोष्टींचा समावेश होतो :

- ✦ असे ठरवता येते की, विनोद हा नेतृत्वासाठी अयोग्य गुण आहे.
- ✦ टीकेकडे दुर्लक्ष करण्यासाठी केलेले हे विदूषकी वर्तन आहे.
- ✦ या अभिप्रायावरून नेत्याने कधी, कुठे, कसा विनोदाचा वापर करावा हे शिकावे.

नकारात्मक अभिप्रायांकडे कुठलाही मागचा पुढचा विचार न करता प्रतिक्रिया देण्यापेक्षा नेत्याने खरे तर त्याची चिकित्सा केली पाहिजे. एखादा नकारात्मक अभिप्राय ऐकल्यावर त्याने स्वत:ला विचारले पाहिजे :

- ✦ हा माणूस म्हणतो तसे मी खरेच केले का?
- ✦ या माणसाला सर्व सत्य परिस्थिती माहीत आहे का?
- ✦ आता पुन्हा एकदा मनन केल्यावर माझे वर्तन हे स्थळ, काळ आणि परिस्थिती (संबंधित लोक) यांच्याकरता योग्य होते का?
- ✦ जर नसेल, तर कधी, कुठे, केव्हा या गुणांचा वापर केला पाहिजे म्हणजे ते अनुरूप ठरेल?

वर्तनातील बदल

सकारात्मक आणि नकारात्मक दोन्हीही अभिप्रायांमुळे नेत्यांना त्यांच्या वर्तणुकीचा इतरांवर कसा परिणाम होतो, ते पाहण्यास मदत होते. सकारात्मक अभिप्राय वैयक्तिक गुण ओळखण्यास उपयोगी पडतात. नकारात्मक अभिप्रायातून वर्तनात बदल करण्याची संधी मिळते. सर्वसामान्यपणे वैयक्तिक विकास हा तीन क्षेत्रांमध्ये मांडता येईल– कौशल्ये, ज्ञान आणि अनुभव. दोन्ही सकारात्मक आणि नकारात्मक वर्तणुकींमधून सुधारण्याच्या कल्पना मिळतात. एकत्रित केलेल्या सकारात्मक आणि नकारात्मक, दोन्ही याद्या पुन्हा एकदा बघून त्याचे परीक्षण केले, तर त्यातूनही काही मदत होण्याची शक्यता असते. खालील यादीतील एक गोष्ट निवडा आणि त्याबाबतची तीन ध्येये ठरवा.

१ नवीन कौशल्य विकसित करण्याचे ध्येय

२ नवीन ज्ञान मिळवण्याचे ध्येय

३ नवीन अनुभव मिळवण्याचे ध्येय

एकदा त्या गोष्टीसाठी ठरवलेली तीनही ध्येये साध्य झाली की, यादीमधली दुसरी गोष्ट निवडा. त्यासाठीही कौशल्ये, ज्ञान आणि अनुभव वाढवण्यासाठी तीन ध्येये निश्चित करा.

साशंकतेवरील उपाय

कोणती कौशल्ये आणि गुण विकसित करता येतील, हे स्व-जागरूकतेमुळे समजते, म्हणून त्याचा नेतृत्वगुणासाठी फायदा होतो. अशीही उदाहरणे आहेत

की, काही जण अशी विधाने करतात की, शारीरिक आणि भावनिकदृष्ट्या काही प्रश्न असल्यामुळे ते नेतृत्व करण्यास असमर्थ आहेत. असे ज्यांना खरोखरच वाटत असेल, तर ते तसेच राहो. पण जर त्यांच्या मनात नेतृत्व करण्याची एक अगदी अंधूकशी ज्योत जरी फडफडत असेल, आणि एक नेता म्हणून ते बदल घडवू शकतील असे त्यांना वाटत असेल, तर त्यांनी ती ज्योत जरूर प्रज्वलित करावी.

त्यांना असा शोध लागेल की, ज्या कारणासाठी त्यांनी स्वत:ला मागे रोखून धरले आहे, त्यावर निवारक उपायही आहे. खरे तर प्रत्येक गोष्टीवर नेहमीच तो असतो. पुढे जाण्यासाठी नेहमीच मार्ग असतो. प्रत्येक गोष्टीवर उपाय असतो– नेहमीच. त्याचा शोध घेणे हे नेत्याचे काम असते.

प्रश्न	**उपाय**
तार स्वरातला फाटणारा आवाज	संगीताचे अध्ययन
विचारांमधला गोंधळ	बुद्धिबळ खेळायला शिकणे
प्रभावहीन दुर्लक्षणीय व्यक्तिमत्त्व	मार्शल आर्ट किंवा फेन्सिंग शिकणे
कमी जोम	पोहणे
लोकांसमोर बोलण्याची भीती	टोस्टमास्टर्स टी एम जॉइन करा
निर्णयक्षमतेचा अभाव	व्हिडिओ गेम खेळणे
शारीरिक अपंगत्व	त्याचा सयुक्तिक नेतृत्वासाठी वापर करणे

सारांश

स्व-जागरूकता हा नेतृत्वगुणासाठी एकमेव महत्त्वाचा गुण आहे. नेत्यांनी आपल्या वर्तनाचे नियमित परीक्षण करणे हे त्यांच्या विकासात सातत्य राहण्यासाठी आणि स्व-ज्ञान उंचावण्यासाठी आवश्यक आहे. खाली एक तपासणीसूची देत आहोत, ज्याद्वारे तुमच्या कोणत्याही कामकाजाच्या आठवड्यात नेतृत्वाच्या कामाचे तुम्ही परीक्षण करू शकाल. या आठवड्याच्या शेवटी तसेच भविष्यातही कधीही ती वापरा.

१. या आठवड्यात सातत्याने तुम्ही कोणत्या गुणाचा वापर केला?

२. तुमच्या सहकाऱ्यांशी सकारात्मक नाते निर्माण व्हावे म्हणून तुम्ही किती लक्ष दिलेत?

३. तुमच्या सहकाऱ्यांशी वागताना तुम्ही तुमच्या कोणत्या तीन बलस्थानांचा उपयोग केलात?

४. हीच बलस्थाने तुम्ही पुढच्या आठवड्यात आणखी चांगली कशी वापरणार?

५. तुमच्या सहकाऱ्यांबरोबर वागताना तुम्हाला तुमच्या कोणत्या तीन कमतरता जाणवल्या. त्याची यादी करा.

६. या कमतरतांमधे सुधारणा करण्यासाठी कोणत्या गुणाचा अगर गुणांचा विकास करण्याची गरज आहे?

वास्तव-चाचणी (उत्तरे शेवटी आहेत)

१) नेत्यांनी नकारात्मक अभिप्रायावर प्रतिक्रिया----- अशी दिली पाहिजे.
अ वर्तणूक बदलून
ब त्यांच्याकडे दुर्लक्ष करून
क त्यांचे परीक्षण करून
ड त्यांचे समर्थन करून

२) नेतृत्वाच्या व्याख्येतील महत्त्वाची गोष्ट म्हणजे-----
अ मोठेपणा
ब प्रतिष्ठा
क आकर्षकता
ड अनुयायी

३) स्वत:ची बलस्थाने आणि कमतरतांचे परीक्षण करण्याची पहिली पायरी म्हणजे---
अ जवळच्या मित्राला विचारणे
ब स्वत:चा अभ्यास करणे
क स्वत:च्या साहेबाला विचारणे
ड पुढील ध्येयाची यादी करणे

४) नेतृत्वात ---- यामुळे सुधारणा होते.
अ कौशल्य
ब आशा
क महत्त्वाकांक्षा
ड धाडस

५) नेत्यांना---- गरज असते.
अ सदुपदेशक
ब स्व-जागरूकता
क दोस्त
ड धोके

६) नकारात्मक अभिप्राय -----
अ शत्रू समजतात
ब दुर्लक्ष करावे
क विकासाला साहाय्यभूत होतात.
ड शिक्षेला पात्र असतात.

७) जर एखाद्याला आपण नेतृत्व करण्यास समर्थ नाही असे वाटत असेल, तर त्याने---.
अ त्यावरचा निवारक उपाय शोधावा.
ब सोडून द्यावे.
क त्याच्या साहेबाला दोष द्यावा.
ड नोकरी बदलावी.

८) आत्मविश्वास हा ----.
अ खोटा असू शकतो.
ब विकसित होऊ शकतो.
क संकट असू शकतो.
ड उद्दामपणा असू शकतो.

९) नेत्यांना त्यांचे---गुण माहीत असावेत आणि त्यावर त्यांनी भरवसा ठेवावा.
अ चित्तवेधक
ब विचित्र
क किमती
ड गाभ्यातील

१०) नेत्यांचे त्यांच्या अनुयायांशी...... नाते असावे.
अ सकारात्मक
ब तात्पुरते
क गुंतागुंतीचे
ड कठीण

सेशन ४

लोकांना समजून घेणे

सगळे जण एकाच प्रकारचे असते तर नेते एकाच प्रकारचा सगळ्यांना योग्य ठरेल असा दृष्टिकोन वापरू शकले असते, पण असे कधीच नसते. या जगात व्यक्ती तितक्या प्रकृती असतातच.

या विविधतेमुळेच आयुष्याची रंगत वाढते. यातूनच नवीन कल्पना आणि गरमागरम चर्चांचा उदय होतो. जे नेते जास्तीत जास्त पल्ल्यापर्यंतच्या लोकांना आकर्षित करू शकतात, त्यांचा व्यवसाय समृद्ध होतो. तथापि, त्यांनी लोकांना समजून घेणे गरजेचे असते आणि त्यांना वेगळे असण्याची परवानगी देणेही गरजेचे असते.

हा वेगळेपणाचा स्वीकारच नाती दृढ करतो. आजच्या कार्यक्रमात तीन गोष्टींचा समावेश आहे, ज्यामुळे नेत्यांना लोकांना जास्त चांगले समजून घेण्यास मदत होईल.

- ✦ प्रेरणा आणि ओढ
- ✦ लोकांना काय हवे आहे
- ✦ पुरस्कार आणि मूल्य

प्रेरणा आणि ओढ

ज्या नेत्यांना समजू शकते की, प्रत्येक जण वेगळा असतो, ते इतरांना जसे आहे तसे राहण्यास प्रोत्साहन देतात आणि त्यांची वैयक्तिक कौशल्ये आणि गुण व्यक्त करण्याची संधी देतात. यामुळे तात्पुरते नैराश्य आले आणि चिडचिड झाली तरी याचा दूरगामी परिणाम म्हणजे चांगल्या कामाची निर्मिती होते. लोकांच्यामध्ये फारच फरक असेल तर त्यांच्यात समजूत विकसित होण्यासाठी जास्त वेळ लागतो, पण हा प्रयत्न करणे श्रेयस्कर ठरते. जे भित्रे नेते असतात ते नेहमी वैयक्तिक वेगळेपणा चिरडायला बघतात, कारण एकतर ते त्यांच्याप्रमाणे नसणाऱ्यांना समजू शकत नाहीत किंवा त्यांना तशी इच्छा नसते. हे वर्तन दुर्दैवी ठरते, कारण हे नेते दुसऱ्यांच्या नजरेने जगाकडे बघण्याची संधी घालवतात. हीच सूक्ष्म दृष्टी नवीन ग्राहक, नवीन उत्पादने, नावीन्यपूर्ण सेवा खेचून आणू शकते.

जरी प्रत्येक जण वेगळा असला तरी तो एका अर्थी सारखासुद्धा असतो. शास्त्रीय संशोधन असे सांगते की, जगात सर्वत्र, वेगवेगळ्या संस्कृतीमधल्या लोकांना त्याच गोष्टी त्याच पद्धतीने प्रेरित करतात. प्रेरणा हे एक असे आतले यंत्र आहे, जे लोकांना सकाळी उठवते, न्याहारी करून त्यांचे रोजचे काम सुरू करायला भाग पाडते.

तथापि, प्रेरणा ही दोन पद्धतींनी काम करते. काही माणसे तेव्हाच प्रेरित होतात, जेव्हा बाहेरून त्यांच्यावर काम करण्यासाठी दबाव आणला जातो. उदाहरणार्थ,

अशी व्यक्ती जिला नोकरी करायला आवडत नाही, पण त्यातून मिळणाऱ्या पैशाची गरज असते. याला 'बाह्यप्रेरणा' असे म्हणतात, आणि पैशाची गरज हे एक बाह्यप्रेरकाचे उदाहरण आहे.

इतर लोकांना काम केल्याने समाधान वाटते आणि कामावर जाताना आनंद होतो. अर्थात त्यांनाही पैसा हवा असतो, त्याची गरजही असते, पण त्यांची प्रेरणा ही त्यांना आतून येते. त्याला अंत:प्रेरणा असे म्हणतात. अशी आतून येणारी प्रेरणा असेल तर काम करून घेण्यात जास्त शक्ती खर्ची पडत नाही.

असे अनेक प्रसंग उद्‌भवतात जेव्हा ध्येय साध्य करण्यासाठी किंवा एखादे काम पूर्ण करून घेण्यासाठी बाहेरून दबाव आणला जाईल. जेव्हा असे घडते तेव्हा अनिच्छेने काम करणाऱ्या कामगारांच्या मागे टुमणे लावण्याची किंवा त्यांना ढकलण्याची गरज असते. अशावेळी अलिप्त नेते प्रत्येकाबद्दल तक्रार करत राहतात, त्यांना पाठिंबा मिळणे फारच कठीण होऊन बसते.

तथापि, प्रत्येक व्यक्ती एखाद्या वाईट बातमीला किंवा आवडत नसलेल्या कामाला कसे सामोरे जायचे याची निवड करू शकते. अंत:प्रेरणेने काम करण्याची सवय असणारे लोक, न आवडणाऱ्या कामाला स्वत:च्या मोठ्या संकल्पाचा एक भाग मानण्याचा पर्याय निवडू शकतात. जरी परिस्थितीप्रमाणे त्यांना असे एखादे काम स्वीकारायची वेळ आली तरी ते स्वत:कडे 'निवड करणारे' म्हणून पाहू शकतात.

उपक्रम

१. त्या सगळ्या गोष्टींची यादी करा, ज्या करायला तुम्हाला खरोखरच आवडते. उदा. छंद जोपासणे, सामाजिक काम, क्रीडा महोत्सवाचे आयोजन, कलेतून अनुभव घेणे, धार्मिक कार्य करणे, निसर्गप्रेम इ. अशा गोष्टी ज्या करण्यासाठी तुम्हाला आतून प्रेरणा मिळते.

२. आता अशा गोष्टींची यादी करा ज्या तुम्हाला करायला आवडत नाहीत, पण तुम्हाला माहीत आहे की त्या तुम्हाला काही झाले तरी कराव्या लागणार आहेत. त्या का कराव्या लागतात त्यामागची कारणे शोधा. त्या करण्यासाठी नक्कीच तुम्हाला बाह्यप्रेरणा कारणीभूत असेल.

काही वेळा बाहेरचा ताण हळूहळू इतका वाढत जातो की, काय घडत आहे, हे नेत्यांच्या लक्षात येत नाही. मग अचानक प्रचंड ताण वाटणे नाहीतर शक्तिपात झाल्यासारखे वाटण्याची भावना टाळण्यासाठी रोजच्या रोज कामाबद्दलच्या आणि

सहकाऱ्यांबद्दलच्या वैयक्तिक प्रतिक्रिया तपासणे उत्तम ठरते. बाहेरचा ताण तसाच राहतो, पण त्याचे प्रमाण माहीत झाल्याने लोकांना त्याच्याशी जुळवून घ्यायची संधी मिळते. नेत्यांनी इतर लोकांसाठी काय उत्तम आहे, ते त्यांना न विचारताच आपल्याला माहीत आहे असे गृहीत धरणे चुकीचे आहे, उलट त्यांनी इतरांना काय हवे आहे हे विचारले पाहिजे. प्रत्येकाला आयुष्याच्या वेगवेगळ्या टप्प्यांवर वेगवेगळ्या गोष्टींची गरज असते. उदाहरणार्थ, वीसवर्षीय तरुणाला प्राधान्याने हव्या असणाऱ्या गोष्टी आणि पन्नास वर्षांच्या माणसाच्या कौटुंबिक गरजा. तसेच मध्यमवयीन अधिकाऱ्याच्या कामकाजाच्या वेळा, पगार आणि सुट्ट्यांच्या अटी या एखाद्या वयाने लहान असणाऱ्या व्यवस्थापकाच्या, ज्याला खूप प्रवास करायला आवडते आणि लोकांच्यात मिसळून कार्यमग्न राहायला आवडते, त्याच्या अटी यात जमीन-अस्मानाचा फरक असू शकतो.

लोकांना काय हवे आहे?

अब्राहम मास्लो, या विसाव्या शतकातल्या आघाडीच्या मानसशास्त्रज्ञाने हितकारक प्रेरणेच्या अभ्यासाचा पाया घातला. त्यांनी असे म्हटले आहे की, माणसाच्या गरजांच्या पाच पातळ्या असतात. पहिली पातळी असते ती जिवंत राहण्याची गरज, दुसरी पातळी असते ती असते सुरक्षित आणि निर्धास्त राहण्याची. तिसरी गरज असते ती कुणाचे तरी असण्याची, चौथी गरज असते ती आदर मिळवण्याची आणि सर्वोच्च गरज असते ती अस्तित्वाचा हेतू जाणण्याची.

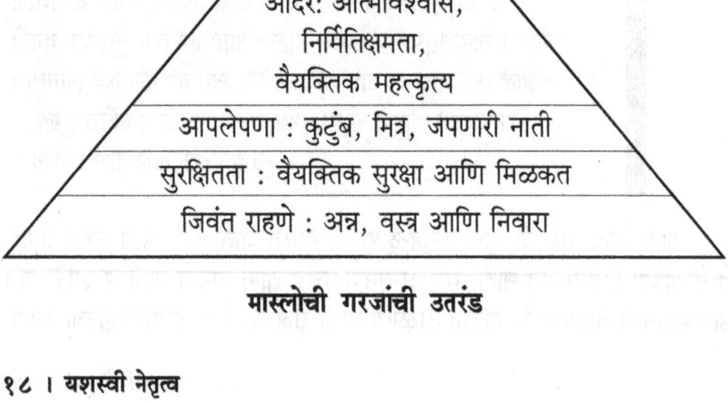

मास्लोची गरजांची उतरंड

मास्लो यांनी ह्या प्रत्येक गरजेची व्याख्या अशी केली.

✦ जिवंत राहणे-जिवंत राहण्याची ओढ

✦ सुरक्षितता- अन्न, निवारा आणि सुरक्षिततेची गरज

✦ आपलेपणा- सामाजिक गटाचा एक भाग असण्याची इच्छा

✦ आदर- महत्त्व आणि आदर मिळवण्याची गरज

✦ परिपक्वता- जगण्याचा हेतू आणि अर्थ समजण्याची गरज

त्यांचे असे म्हणणे आहे की, प्रत्येक पातळीच्या गरजेचे समाधान होत गेले की ती व्यक्ती नैसर्गिकरीत्या पुढच्या पातळीवर जाते. उदाहरणार्थ, नवजात अर्भक हे संपूर्णपणे अन्न, ऊब आणि संरक्षणासाठी, म्हणजेच जगण्यासाठी दुसऱ्यावर अवलंबून असते. त्याची ही गरज एकदा भागली की ते त्याच्या पुढची गरज भागेल याची खात्री करून घेते. असे त्याचे जगणे पुढे पुढे जात राहते. पुढचा दिवस, त्याच्या पुढचा दिवस...

लहान मुले तान्ही असताना त्यांच्या गरजेनुसार इतरांचे लक्ष कसे वेधून घ्यायचे हे शिकतात, काही किंचाळतात, काही गोड गोड हसतात, काही तोंडाने चित्रविचित्र आवाज करत राहतात. कोणतीही युक्ती ते वापरोत, त्यांची पहिली गरज असते जगणे आणि दुसरी सुरक्षित राहणे. जेव्हा त्यांच्या या गरजा भागतात, तेव्हा ते आरामात त्यांची काळजी घेणाऱ्यांच्या कुशीत विसावतात. ही त्यांची आपलेपणा हवा असण्याची पातळी असते आणि इथे ते शोधून काढतात की, त्यांचे प्रेम स्वीकारण्यास कोण लायक आहे आणि ते कसे व्यक्त करायचे.

ज्या मुलांना लहानपणी संरक्षण आणि सुरक्षितता मिळत नाही, ते त्याच पातळीवर अडकतात. कौटुंबिक आयुष्याच्या, सुरक्षित घराच्या आणि काळजी

घेणाऱ्या माणसांच्या अभावामुळे त्यांची आपलेपणाची गरज पूर्ण करण्याच्या क्षमतेत अडथळा निर्माण होतो. जर असे घडले तर नंतरच्या आयुष्यात त्यांना कोणत्याही सामाजिक गटात फार क्वचित पूर्ण मोकळेपणा वाटतो. ते सारखे धोक्याची टेहळणी करत असतात आणि त्याचाच परिणाम म्हणून इतर लोकांच्या हेतूबद्दल ते नेहमीच साशंक असतात.

याचे कारण म्हणजे त्यांचे लक्ष अजूनही जगणे आणि सुरक्षित राहणे याच गरजांवर असते. जरी त्यांच्याकडे पुरेसे पैसे असले, घर असले, चांगली नोकरी असली तरी त्यांना काहीतरी कमी आहे हे वाटतच राहते आणि ते त्यांना कधीच पुरेसे वाटत नाही. त्यांचा सुरक्षिततेचा पाठलाग हा नेहमीच आनंदी आणि हितावह नात्यांच्या मार्गात येत असतो.

याविरुद्ध, पहिल्या दोन गरजांच्या पातळ्यांचे समाधान होते, जगणे आणि सुरक्षितता, तेव्हा लोक नैसर्गिकरीत्या गटामधे आपले स्थान निर्माण करण्याकडे लक्ष केंद्रित करतात. त्यांना जरी ते स्थान नाकारण्यात आले तरीसुद्धा त्यांची सुरक्षिततेची भावना त्यांना ते स्वीकारण्यासाठी मदत करते. मग एकतर ते दुसरा गट शोधतात नाहीतर त्याच गटात पुन्हा जाण्याचा प्रयत्न करतात. समाजाने नाकारणे हा एक छोटा प्रश्न आहे असे मानण्याची त्यांची प्रवृत्ती होते.

डॉ. मास्लोंच्या मते उत्तम विकास हा प्रत्येक पातळीच्या समाधान होण्यावर अवलंबून असतो, म्हणून जेव्हा पहिल्या तीनही गरजा भागतात, तेव्हा लोक नैसर्गिकरीत्या पुढच्या दोन उच्च गरजांकडे वळतात, त्या म्हणजे आदर मिळवणे आणि आयुष्याचा हेतू आणि अर्थ शोधणे.

याचाच अर्थ नक्कीच असा की जे लोक भुकेलेले आहेत, बेघर आहेत ते नेहमीच त्यांची जगण्याची आणि सुरक्षित राहण्याची गरज भागल्याशिवाय तत्त्वज्ञानाची चर्चा करायला तयार होणार नाहीत. याचाच अर्थ असाही आहे की न भागलेल्या गरजा वागणुकीवर अंमल चालवतात. ज्यांच्या मनावर पैशाचा खूप ताण आहे किंवा ज्यांची प्रकृती चांगली नाही अशा लोकांकडे सांघिक नातेसंबंधासाठीची ऊर्जा फार कमी असते.

जरी व्यावसायिक नेत्यांनी मानसशास्त्रज्ञ असणे अपेक्षित नसते तरी 'गरजांची उतरंड' हे एक स्वत:ला तसेच लोकांना नेमके काय प्रेरणा देते हे समजून घेण्यासाठीचे उत्तम साधन आहे. ते सहकाऱ्यांबद्दल अशा काही विशेष घटना आहेत का, ज्यांचा त्यांच्यावर परिणाम झाला आहे, हे शोधू शकतात. जरी ते मदत करू शकले नाहीत तरी त्यांनी लक्ष घातल्याचा सकारात्मक परिणाम नक्कीच होतो.

नेत्यांना गरजांचा प्रेरणेवर आणि कामावर होणारा परिणाम ओळखता आला पाहिजे. लोकांचे सामर्थ्य उपयोगात आणण्यासाठी आणि त्यांच्या कमतरतांवर मात

करण्यासाठी ती अत्यंत महत्त्वाची गोष्ट असते. लोकांच्या गटात प्रेरणा ही कधीच सर्वत्र एकसारखी आणि सातत्याने नसते. नेते प्रत्येकाचा आरंभबिंदू ओळखून त्या पायावर इमला बांधू शकतात.

ज्या नेत्यांना प्रेरणा द्यायची आहे ते आपले सहकारी गरजांच्या उतरंडीमध्ये ते कोणत्या पातळीवर अडकले आहेत त्याच्याबद्दल जास्त माहिती घेऊन कामाला सुरुवात करू शकतात. जेव्हा एखादा सातत्याने गरजेच्या एखाद्या पातळीबद्दल नैराश्य अथवा राग व्यक्त करत असेल, तर याचा अर्थ असा की तो त्याच्या खालच्या पातळीवरच्या गरजा भागवण्यात अडकलेला आहे.

त्या पातळीवर तो सापळ्यात अडकावा तसा अडकलेला आहे की त्यामुळे वरची पातळी तो समजू शकत नाही. लोकांचे नैराश्य आणि मर्यादा नेत्याला हे दाखवून देतात की कोणते ध्येय डोळ्यांसमोर ठेवायचे, जे प्रत्येकाला गाठावेसे वाटेल.

उपक्रम

कामावरच्या एका सहकाऱ्याचा विचार करा.

तो नेहमी कशाबद्दल बोलत असतो?

- शरीरासाठीची सुखसाधने?
- नोकरीतली सुरक्षितता?
- पैसे आणि ते खर्चायच्या सवयी?
- मित्र, कुटुंब, सामाजिक घटना?
- नोकरीच्या कामातून मिळणारे समाधान, प्रतिष्ठा, ओळख?
- मूल्य, तत्त्व, दर्जेदार काम?

अशा काही गरजा आहेत का की, ज्यांची त्यांनी कधीच चर्चा केली नाही?

असल्या, तर कोणत्या?

अशा काही गरजा आहेत का की, ज्यांचा उल्लेख केल्यावर अस्वस्थता येते किंवा राग दर्शवला जातो?

उदाहरणार्थ, जेव्हा गुणवत्ता वाढवण्याचा कार्यक्रम सादर करण्याची कल्पना असते, तेव्हा ऐकणाऱ्यांची गरजेची पातळी चार किंवा पाच असावी लागते. तिथे जर नोकरी जाण्याची भीती बाळगणारे लोक असतील तर गुणवत्तेबद्दल बोलणे व्यर्थ ठरते. त्यापेक्षा त्यात त्यांच्यासाठी काय आहे आणि त्यांच्या नोकरीच्या सुरक्षिततेविषयी सविस्तर सांगावे.

पुरस्कार आणि मूल्ये

काही शास्त्रज्ञांच्या मते मूलत: तीन प्रकारची व्यक्तिमत्त्वे असतात, ज्याचा परिणाम म्हणून तीन प्रकारे लोक वागतात. त्याचा सारांश खालीलप्रमाणे-

१. महत्त्वाकांक्षी आणि सकारात्मक
२. काळजी घेणारी आणि साहाय्य करणारी
३. चिकित्सक आणि सावध

तथापि, जी व्यक्ती महत्त्वाकांक्षी आणि सकारात्मक आहे, ती परिस्थितीनुसार काळजी घेणारी आणि साहाय्य करणारी किंवा चिकित्सक आणि सावधही वागू शकते. स्व-जागरूकतेने नेते त्यांच्या निवडीची व्याप्ती वाढवू शकतात. जेव्हा लोक आपण काय करत आहोत याचा स्पष्ट विचार करतात, तेव्हा ते जास्त परिणामात्मक पद्धतीने ध्येय गाठू शकतात.

हे व्यक्तिमत्त्वाचे छाप सवयीसारखे असतात. उदाहरणार्थ, जेव्हा लोकांना त्याच त्याच प्रकारच्या गोष्टींमधून निवड करावी लागते, तेव्हा त्याची एक चाकोरी तयार होते आणि निवड करायच्या मार्गाची सवय होऊन जाते. नेते त्यांच्या कामात सुधारणा करू शकतात ती अशी-

✦ त्यांच्या व्यक्तिमत्त्वाचा प्रकार ओळखून आणि
✦ कोणत्याही सवयी आणि चाकोरीपासून ज्या निवड करण्यावर मर्यादा आणतात, त्यांच्याबद्दल जागरूक राहून.

महत्त्वाकांक्षी आणि सकारात्मक

महत्त्वाकांक्षी आणि सकारात्मक लोकांकडे नेहमी इतक्या कल्पना असतात की, दिवसाचे चोवीस तास त्या पूर्ण करण्यासाठी कमीच पडतील. जगावर स्वत:चा असा ठसा उमटवायचा आणि इतर लोकांना प्रभावित करायचे ही गरज त्यांना असे वागायला भाग पाडते. त्यांना त्यांच्याकडे दुर्लक्ष झालेले अजिबात आवडत नाही, तसेच महत्त्वाच्या कार्यक्रमात प्रवेश दिला नाही अथवा महत्त्वाच्या व्यक्तीस भेटण्यास त्यांना मनाई केली, तर ते चालत नाही.

यात काहीच आश्चर्य नाही की, त्यांना त्यांच्या प्रयत्नाची दखल घेतली तर आवडते. त्यांना त्यांच्या कामाचा मोबदला पैशात उत्तम मिळावा, असे प्रामुख्याने वाटते, कारण ते त्यांना त्याच्या प्रतिष्ठेचे प्रतीक वाटते. त्यांना काम करण्यासाठी मोठी जागा दिली किंवा नेहमी त्यांचे चार लोकात कौतुक केले, तरी त्यांना बक्षीस मिळाल्यासारखे वाटते.

जरी या प्रकारचे लोक हे नेत्यांसाठी आव्हान असले, तरी एकदा ते काम पूर्ण करण्यासाठी प्रेरित झाले, तर त्यांना कोणीच थांबवू शकत नाही. ही एक मनोरंजक गोष्ट आहे की, महत्त्वाकांक्षी आणि सकारात्मक लोकांना टीका केली तर राग येत नाही. त्यांच्याजवळ गेंड्याची कातडी असते. टीकेमुळे दुखावले न जाता, लज्जास्पद न होता, ते स्वत:चा बचाव तरी करतात, नाहीतर टीका एखाद्या विनोदासारखी घेतात. ज्या नेत्यांकडे आत्मविश्वास असतो, जे वादविवाद स्वीकारू शकतात, ते अशा प्रकारच्या लोकांकडून उत्तम काम करून घेऊ शकतात.

चिकित्सक आणि सावध

या प्रकारची व्यक्तिमत्त्वं ही स्वत:च प्रश्न सोडवायच्या मागे असतात. ते एकटे काम करत असतात, तेव्हा अत्यानंदात असतात, त्यांना एकांतवास आवडतो, कारण त्यामुळे त्यांना एकाग्रतेने काम करण्याची संधी मिळते आणि एकट्याने काम करण्याचे स्वातंत्र्यही मिळते. एखादे काम पूर्ण करणे हे त्यांना गौरवास्पद वाटते. उदाहरणार्थ, या प्रकारच्या व्यक्तीला ऑफिसच्या पार्टीत यायला सांगितले की, त्यांना त्याचे खरोखरच ओझे वाटते, कारण त्यामुळे त्यांच्या कामात व्यत्यय येतो.

आपल्या कामात डोके खुपसून ते त्यांचे लक्ष पूर्णत: आपण काय करत आहोत, यावरच केंद्रित करतात. अशा प्रकारच्या व्यक्ती या गटास लाभदायक ठरतात, कारण त्या प्रश्नाच्या मुळापर्यंत पोहोचतात आणि अवघड प्रश्न सोडवण्यात त्यांना आनंद वाटतो.

तथापि, नेत्यांनी या प्रकारच्या लोकांची एकांतवासाची गरज ओळखली पाहिजे. ते तसे लाजरे नसतात, पण त्यांना फक्त एकटे असायला आवडते. काळजी घेणाऱ्या, साहाय्य करणाऱ्यांनी त्यांना मदतीसाठी हात पुढे केला, तर ते त्यांना आवडत नाही. तसेच महत्त्वाकांक्षी आणि सकारात्मक व्यक्तींनी त्यांच्यावर हक्क दाखवला, तर त्यांना राग येतो.

काळजी घेणारे, साहाय्य करणारे

या प्रकारच्या व्यक्तींना कोणाची तरी काळजी घेतली, किंवा कोणाला तरी साहाय्य केले की आनंद वाटतो. ते नैसर्गिक प्रेरणेने स्नेहपूर्ण असतात आणि सगळ्यांशी मैत्रीपूर्ण वागतात. अशी माणसे गटाची सकारात्मक ऊर्जा असतात, कारण ती दुसऱ्यांच्या गरजेचा विचार करतात आणि ती उदार आणि प्रेमळ असतात.

त्यांची मदत कुणी घेतली की, त्यांना पुरस्कृत केल्यासारखे वाटते. त्यांची तत्त्वं खरी असतात, पण प्रसंगी लोकांना आवडावे किंवा त्यांना खूश करावे या गरजेतूनही ते तसे वागतात.

या बाबतीत नेत्यांचे काम असे असते की, अशा लोकांना स्वतंत्रपणे काम करण्यासाठी मार्गदर्शन करणे, कारण लोकांवर जास्त लक्ष केंद्रित केले तर त्यांना फार मानाने वागवल्यासारखे होते, ज्या वेळी त्यांनी खरेतर जास्त पुढाकार घ्यायला हवा असतो.

काळजी घेणारे आणि साहाय्य करणारे, हे स्पष्टवक्त्या, महत्त्वाकांक्षी आणि सकारात्मक लोकांकडून दुखावले जाऊ शकतात, कारण त्यांचे थेट आणि ठळक अभिप्राय त्यांना कठोर टीकेसारखे वाटतात. त्यांना तेव्हाही त्यांच्या चांगुलपणाची खात्री द्यावी लागते, जेव्हा एकटे राहायला आवडणारे, चिकित्सक आणि सावध प्रकारचे लोक त्यांची मदत नाकारतात किंवा त्यांना घालवून देतात.

उपक्रम

१. पुढील यादीचा वापर करून तुम्हाला लागू होतील असा विश्वास वाटतो, अशा सकारात्मक आणि नकारात्मक शब्दांची जंत्री तयार करा. आता अशीही शब्दांची यादी करा, जे शब्द तुमच्यासंबंधी इतरांनी दोनपेक्षा जास्त वेळा वापरले आहेत. तुम्ही निवडलेले शब्द तीनपैकी एका व्यक्तिमत्त्वाचा एक सहज पर्याय दाखवतात का?

२. तीनही व्यक्तिमत्त्वांच्या प्रकारांचे वर्णन वाचा. ह्या तिन्हींपैकी एखादे वर्णन तुमच्या वागणुकीशी जुळते का? तुमच्या अशा काही सवयी आहेत का की, ज्या तुमच्या नेतृत्व करण्याच्या क्षमतेच्या मार्गात येतात? त्या कोणत्या आहेत? तुम्ही विचार करू शकता का वेगळी दुसरी व्यक्तिमत्त्वं कशी असतील?

सकारात्मक वैशिष्ट्ये	*नकारात्मक वैशिष्ट्ये*
✦ आत्मविश्वासू	✦ उद्दाम
✦ शक्तिशाली	✦ ढकलू
✦ धोका पत्करणारे	✦ जुगारी
✦ उत्स्फूर्त	✦ भावनावश
✦ मार्गदर्शक	✦ हुकूमशहा
✦ उद्योजक	✦ असहकार करणारे
✦ हिकमती	✦ हिशेबी

सकारात्मक वैशिष्ट्ये	*नकारात्मक वैशिष्ट्ये*
✦ संवेदनशील	✦ भूतकाळात रमणारे
✦ निष्ठावान	✦ माथी दोष मारणारे
✦ आदर्शवादी	✦ भ्रमात असणारे
✦ मित्रत्वाने वागणारे	✦ भाबडे
✦ सहिष्णू	✦ मागचा पुढचा विचार न करणारे
✦ सोशिक	✦ निष्क्रिय
✦ समजून घेणारे	✦ शरणागती पत्करणारे

सकारात्मक वैशिष्ट्ये	*नकारात्मक वैशिष्ट्ये*
✦ वास्तववादी	✦ कोत्या मनाचे
✦ स्वतंत्र	✦ स्वत:पुरते बघणारे
✦ न्याय्य	✦ व्यक्तिभावरहित
✦ पक्का	✦ कल्पना विलास करणारा
✦ राखून ठेवणारा	✦ वेगळा राहणारा
✦ पद्धतशीर	✦ हळू काम करणारा
✦ तात्त्विक	✦ ताठर

काही नेत्यांचा असा विश्वास असतो की, आपण कुणीतरी विशेष आहोत, जास्त तेजस्वी आणि कसेही करून इतरांपेक्षा चांगले आहोत असे दर्शवण्याची गरज आहे. अगदी गेल्या पन्नास वर्षांपूर्वी अशी पारंपरिक नेतृत्वाची कल्पना होती. तथापि, आता आजच्या काळात हा दृष्टिकोन प्रत्यक्ष कामाला येत नाही.

लोक आता जास्त शिकलेले असतात, प्रश्न विचारण्याइतका, माहिती बरोबर आहे की नाही हे तपासण्याइतका त्यांच्यात आत्मविश्वास असतो. इंटरनेट, सोशल नेटवर्किंग, ट्विटरसारखी साइट, ब्लॉगिंग यामुळे ताबडतोब माहिती उपलब्ध होऊ शकते. त्याचा परिणाम म्हणजे नेत्यांकडे आता खरेखुरे लोकांना प्रेरणा देण्याचे कौशल्य असणे गरजेचे झाले आहे.

ज्या नेत्यांना, लोकांना ते कशाला महत्त्व देतात हे विचारायची इच्छा असते आणि त्यांची उत्तरे ते लक्षपूर्वक ऐकतात, ते लोकांचे लक्ष वेधून घेण्याची शक्यता असते. लोकांना समजून घेण्याची प्रक्रिया, बदल्यात लोकही जास्त चांगले समजून घेण्याकडे नेते.

उपक्रम

आजच्या दिवसातल्या अशा एखाद्या प्रसंगाचा विचार करा, जेव्हा तुम्ही पुढाकार घेतलात. त्या प्रसंगाचे एक ते दोन वाक्यांत वर्णन करा. नंतर खालील प्रश्नांची उत्तरे द्या.

- नेता म्हणून तुम्हाला काय मिळवायचे आहे?
- नेतृत्व करून तुमच्या कोणत्या वैयक्तिक गरजांचे समाधान होते?
- तुम्ही नेतृत्व करत असलेल्या लोकांना कोणत्या गोष्टींमुळे प्रेरणा मिळते, याबाबत तुम्ही जागरूक आहात का?
- तुम्ही त्यांच्या गरजांचा विचार करता का?
- तुमची वर्तणूक महत्त्वाकांक्षी आणि सकारात्मक, चिकित्सक आणि सावध, किंवा काळजी घेणारे आणि साहाय्यक यापैकी कोणती आहे?

सारांश

यशस्वी नेते हे थेट लोकांच्या गरजा, आशा आणि स्वप्नांवर बोलतात. त्यांची दखल घेतल्याने, आदर ठेवल्याने, नेते आणि अनुयायी यांच्यामध्ये एक प्रकारचे निष्ठेचे आणि विश्वासाचे बंध तयार होतात. हेसुद्धा जाणून घेणे अत्यंत महत्त्वाचे आहे की, कोणत्या गोष्टींमुळे लोकांना प्रेरणा मिळते आणि कशामुळे त्यांना पुरस्कृत केल्यासारखे वाटते.

इथे एक तपासणीसूची देत आहोत या आठवणीसह की लोकांना समजून घेणे, हे आयुष्यभर चालणारे काम आहे या आठवड्याच्या शेवटी नेतृत्वाच्या वर्तणुकीचे परीक्षण करण्यासाठी ती बघा आणि अर्थात भविष्यातही.

१. या आठवड्यात तुम्ही तुमच्या सहकाऱ्यांना ओळखून घेऊ शकलात का?

२. जेव्हा तुम्ही लोकांना काही करायला सांगितलेत किंवा काही मागितलेत, तेव्हा त्यांनी कशी प्रतिक्रिया दिली?

३. तुम्ही भेटलेल्या लोकांतले काही लोक, एका कुठल्यातरी वेगळ्याच गटात सामावून गेले का?

४. तुम्ही जर का अजून थोडा वेळ काढला असता, तर तुम्ही या आठवड्यात इतर लोकांबद्दल जास्त जाणू शकला असतात का?

५. लोकांना समजून घेण्याच्या कामात तुम्हाला मदत करणाऱ्या तुमच्या तीन बलस्थानांची यादी करा.

६. या बलस्थानांच्या पायावर तुम्ही कसे काम करू शकता?

७. लोकांना समजून घेण्याच्या कामात तुमच्या तीन कमतरतांची यादी करा.

८. या कमतरतांमध्ये बदल व्हावा, म्हणून तुमच्या वर्तणुकीत कोणता बदल करण्याची गरज आहे?

वास्तव-चाचणी (उत्तरे शेवटी आहेत)

१) बाह्य प्रेरित झालेले लोक हे --- यामुळे प्रेरित होतात.

अ बाहेरचा ताण

ब माहिती

क गप्पा

ड हवामानातील बदल

२) आतून प्रेरित झालेले लोक हे --- यामुळे प्रेरित होतात.

अ सत्ता

ब मैत्री

क निवड

ड पैसे

३) खालीलपैकी काय डॉ. मास्लोच्या उतरंडीत नाही?

अ विकास

ब सत्ता

क जगणे

ड सुरक्षितता

४) जेव्हा सहकारी धोका घेण्याचे टाळतात, तेव्हा तुम्ही---केले पाहिजे.

अ दुर्लक्ष

ब उपहास

क बळजबरी

ड आदर

५) प्रेरणेवर कशाचा प्रभाव असतो?

अ कुटुंब

ब गरजा पूर्ण होणे

क प्रवास

ड शिक्षण

६) महत्त्वाकांक्षी आणि सकारात्मक प्रकारच्या लोकांना खालीलपैकी काय हवे असते?

अ प्रभाव

ब एकांतवास

क सहानुभूती

ड न्याय्य वागणूक

७) काळजी घेणाऱ्या आणि साहाय्यक लोकांना खालीलपैकी काय हवे असते?

अ सावधगिरी

ब वादविवाद

क एकतानता

ड सत्ता

८) चिकित्सक आणि सावध लोकांना खालीलपैकी काय हवे असते?

अ धोका पत्करणे

ब गुप्तता

क सांघिक काम

ड काळजी घेणे

९) तुम्ही महत्त्वाकांक्षी आणि सकारात्मक लोकांना प्रेरणारहित ---ने करू शकता.

अ जास्त पगार

ब मोठे ऑफिस

क राग

ड दुर्लक्ष

१०) तुम्ही काळजी घेणाऱ्या आणि साहाय्यक लोकांना प्रेरणारहित---ने करू शकता.

अ टीका

ब पार्टीज

क मैत्री

ड स्तुती

प्रकरण ४

संज्ञापन (कम्युनिकेशन)

संज्ञापन, हे लोकांना एकत्र बांधून ठेवणारे माध्यम आहे. आपल्या कल्पना आणि भावना एकमेकांबरोबर वाटून घेण्याचा तो एक मार्ग आहे, सगळ्यांना एकत्र बांधून गट स्थापन करण्याचे ते साधन आहे. त्याचे महत्त्व तेव्हाच समजते जेव्हा ते ठप्प होते. लगेच – ताबडतोब असहमती, भांडणे आणि गैरसमजुती वाढतात.

या सगळ्यात, संज्ञापनकौशल्य नेहमीच गृहीत धरले जाते. लोक असे समजतात की, वेळ, प्रयत्न आणि प्रामाणिकपणा यांची यशस्वी संज्ञापनासाठी गरज असते. हा आशावादी दृष्टिकोन भावना, प्रेरणा, बुद्धिमत्ता, धोका पत्करणे, स्पर्धेची भावना, अशा अनेक प्रश्नांकडे दुर्लक्ष करतो.

म्हणून संज्ञापन हे नेतृत्वगुणाच्या विकासाची तिसरी पायरी आहे. आजच्या कार्यक्रमात आपण खालील विषयांची वैशिष्ट्ये लक्षात घेऊ.

✦ ऐकणे आणि बोलणे
✦ छाप पाडणे
✦ गटचर्चा

ऐकणे आणि बोलणे

अगदी साध्या शब्दात सांगायचे झाले, तर संज्ञापन म्हणजे माहितीची देवाणघेवाण. हे जास्त करून बोलण्यातून आणि ऐकण्यातून घडते. या दोन्ही क्रिया करण्यासाठी अनेक गुंतागुंतीच्या कौशल्यांची गरज असते. माणसाच्या आयुष्यभराच्या अनुभवाच्या शिदोरीचा त्यात फायदा करून घेता येतो.

एखाद्या आकस्मिक भेटीत दिल्या गेलेल्या सहज शुभेच्छा यासुद्धा अनेक वर्षांच्या सरावाचा परिपाक असतो. लोक चुकतमाकत स्वत:ची संज्ञापनाची शैली विकसित करतात आणि बदलत्या गरजेनुसार प्रत्येक परिस्थितीशी जुळवून घेतात. तथापि, हे अदलाबदल इतके पट्कन होतात आणि इतके सतत घडतात की लोकांना आपण नुसते 'हॅलो' म्हणण्यात चांगले आहोत की नाही, त्याचा विचारही ते क्वचित करतात.

तथापि, नेत्यांसाठी हे योग्य पद्धतीने म्हणता येणे महत्त्वाचे आहे, कारण त्या शुभेच्छेचा स्वर ठरवतो की देवाणघेवाण होऊ शकते की नाही आणि आदराचा भाग किती आहे. नेता बोलताना ज्या पद्धतीने समोरच्या माणसांकडे डोळ्यांत डोळे घालून बोलतो, त्याचा आविर्भाव जसा असतो किंवा बोलत असताना तो जे शब्द निवडतो, त्यावरून लोक ठरवतात की त्याच्या संवादामधला महत्त्वाचा भाग ऐकायचा की त्याऐवजी निघून जायचे.

ऐकणे

ऐकण्यासाठी नेत्यांनी तीन गोष्टींबद्दल जागरूक राहावे. त्या अशा– पूर्वग्रहदूषितता, दृश्यात्मक चिन्हे आणि आवाजातले संदेश.

१ पूर्वग्रहदूषितता : प्रत्येकाच्या दृष्टिकोनात पूर्वग्रह असतोच, जरी त्याची पूर्णत: जाणीव असतेच असे नाही. पूर्वग्रहाची व्याख्या अशी करता येईल की, 'अशी विचारपद्धती की ज्यामुळे एखाद्या व्यक्त, घटना, कल्पनेकडे बघण्याचा दृष्टिकोन एकाकी होतो.' नेत्यांसाठी पूर्वग्रह, हा लोकांना समजून घेण्याच्या क्षमतेवर क़िंवा ते काय ऐकतात, पाहतात त्याचा अर्थ लावण्याच्या क्षमतेवर परिणाम करू शकतो, किंवा त्यात बिघाड करू शकतो. त्यामध्ये महत्त्वाचे आव्हान हे आहे की, पूर्वग्रहामुळे आडाखा कधी चुकला किंवा जे म्हटले गेले ते नीट समजून घेता आले

नाही, हे ओळखणे.

पूर्वग्रह, हा एक मोठा प्रश्न होतो जेव्हा तो समजुतीचा विपर्यास करतो. तो घातक ठरतो, जेव्हा नेत्याला कळत नाही की काय घडत आहे किंवा तो त्याचे अस्तित्वच नाकारतो. पूर्वग्रहामुळे नेते महत्त्वाच्या माहितीकडे दुर्लक्ष करू शकतात. उदाहरणार्थ, जेव्हा माहितीचा उगम अनाकर्षक असतो किंवा नेत्याच्या नेहमीच्या पद्धतीपेक्षा काहीसा वेगळा असतो.

खालील गोष्टी पूर्वग्रह दर्शवतात :

- ✦ एखाद्या व्यक्तीबद्दल किंवा परिस्थितीबद्दल त्याच्या बाजूने किंवा विरुद्ध तीव्र प्रतिक्रिया
- ✦ एखाद्या सादरीकरणात तेवढ्याच भागाकडे लक्ष देणे, जो आधीच समजला आहे आणि
- ✦ जे सांगून व्हायचे आहे, ते वाक्य बोलले जाण्याआधीच सारे समजले आहे असे गृहीत धरणे

२ दृश्यचिन्ह : याचा संदर्भ बोलणाऱ्याच्या हावभावाशी आणि हालचालींशी आहे. ज्याला नेहमी 'देहबोली', असे म्हटले जाते. याविषयी असंख्य पुस्तके, प्रशिक्षणे आणि दृश्यफिती आहेत, ज्यामध्ये सर्वसाधारणपणे वापरले जाणारे हावभाव आणि संकेत याचे अर्थ सांगितले आहेत. त्यात नेहमी समज वाढवण्याचा प्रामाणिक प्रयत्न केलेला असतो.

तथापि, जगात आता प्रसारमाध्यमांमुळे आणि दळणवळणाच्या साधनांमुळे विविध संस्कृतींची सरमिसळ झाली आहे, त्यामुळे नेत्यांनी हे कायम लक्षात ठेवले पाहिजे की, एखाद्या हावभावाचा अर्थ वेगवेगळ्या समाजातल्या लोकांसाठी वेगवेगळा असू शकतो.

याचे कारण असे की, लोक देहबोलीचा अर्थ त्यांच्या स्वतःच्या पार्श्वभूमीप्रमाणे लावतात. अनेक लोक ज्यांचे राष्ट्र एक नाही ते हाताच्या हालचालीचा किंवा चेहऱ्यावरच्या भावाचा एक अर्थ काढणे शक्य नाही. त्यामुळे देहबोलीचा एकच अर्थ असतो, जणू काही देहबोलीची जागतिक सांकेतिक संहिता आहे, अशा प्रकारचा विचार टाळणेच श्रेयस्कर ठरते.

हावभावांमुळे जे बोलायचे असते, त्याला आणखी एक पदर लाभतो. त्यामुळे संज्ञापन समृद्ध होते आणि ऐकणाऱ्याला जे म्हणायचे आहे, त्यातले बारकावे समजून घेण्यास सतर्क केले जाते. उदाहरणार्थ, हावभाव आणि मुद्रांवरूनच कळते की, वक्ता गंमत करतोय की विसंगती दाखवतोय, नाटकीपणा करतोय की दुःखी आहे, तसेच इतरही भावनिक छटा समजतात, त्यामुळे भावनेची तीव्रताही समजते. दृश्यसंकेतावरून ऐकणाऱ्याला वक्त्याला नेमके काय म्हणायचे आहे, हे समजणे

सुलभ होते.

'इमोटीकॉन्स', हा शारीरिक हावभावांवरचा एक पर्याय होऊ शकतो, जेव्हा वक्ते लिखित शब्द वापरतात. हे आयकोन्स चेहऱ्यावरच्या मुद्रा विरामचिन्हांच्या साहाय्याने दर्शवतात. जेव्हा इन्स्टंट मेसेजिंग, ईमेल, लेखी अथवा इंटरनेटवर कुठल्याही प्रकारचे लेखन केले जाते, तेव्हा हे इमोटीकॉन्स भावना आणि मन:स्थिती दाखवतात. इमोटीकॉन्सची निर्मिती ही इलेक्ट्रॉनिक लिखित संज्ञापनाच्या वाढत्या अवलंबत्वामुळे झाली आहे. याच्या उदयामुळे हे ओळखू येते की, लेखकाला काय म्हणायचे आहे, त्यामागचे हेतू आणि भावना आपोआप समजतील, असे गृहीत धरणे चुकीचे आहे. जेव्हा शंकेला काही जागा असेल, तेव्हा ते वाचणाऱ्यांना भावनिक आशयाबद्दल सावध करतात, त्यामुळे जे लिहिले आहे, त्यातला भावनिक गोंधळ काढून टाकण्याचे महत्त्वपूर्ण काम ते करतात.

३ आवाजातले संदेश : वक्त्याच्या आवाजाकडे आणि स्वराकडे लक्ष दिले तर तो काय म्हणत आहे, हे जास्त चांगल्या पद्धतीने समजते. वक्ते आपल्या कल्पना मांडताना आवाजात चढउतार करून, त्याचा स्वर किंवा पट्टी बदलून किंवा बोलण्याची गती बदलून, त्यांना खोल व उच्च अर्थ देऊ शकतात. ते त्यांची भावनिक स्थिती, तसेच श्रोत्यांबद्दलचा मनाचा कल त्यांच्या आवाजातून दर्शवू शकतात.

काही वेळा हे छोटे तरल आवाजातले संदेश ऐकणे, प्रत्यक्ष काय बोलले जाते यापेक्षा महत्त्वाचे ठरतात. जर वक्त्याच्या आवाजाचा स्वर आणि त्याच्या बोलण्याचा आशय यात विरोधाभास असेल, तर त्याचे स्पष्टीकरण मागणे आवश्यक ठरते. त्यासाठी युक्ती लागते, पण त्यानेच समज वाढते.

बोलणे

काही नेते आपल्या शब्दांना मुक्त संचार करू देतात आणि त्यांच्या मनात येणाऱ्या कल्पना काटछाट न करता उत्स्फूर्तपणे मांडतात. हे निसर्गदत्त वक्त्यासाठी, चतुरस्त्र कथनकारासाठी आणि शिस्तबद्ध सादरकर्त्यासाठी योग्य आहे.

ही पद्धत रोजच्या संवादात किंवा हलक्या फुलक्या गप्पांतही उपयोगी पडते. तथापि, जर वक्त्याचे विचार सुस्पष्ट नसतील, तो विषय घोळवणारा असेल, अथवा त्याला फक्त स्वत:चाच आवाज ऐकण्यात आनंद वाटत असेल, तर मग प्रश्न निर्माण होतो.

एका आव्हानात्मक व्यावसायिक संभाषणाला गरज असते, ती क्रमवार आणि तर्कशुद्ध कल्पनांच्या सादरीकरणाची. नेत्यांनी स्वत:च्या वेळेचे नियोजन तर केलेच पाहिजे, पण इतरांच्या वेळेचाही आदर करण्याचे लक्षात ठेवले पाहिजे. सुस्पष्ट आणि थेट मांडणी ऐकणाऱ्याला प्रोत्साहित करते. ऐकणाऱ्याला सहज समजावे म्हणून प्रभावी वक्ते तीन तंत्रांचा वापर करतात. ती म्हणजे मथळा देणे, गती ठरवणे, सारांश सांगणे.

१. मथळा देणे : हे एक छोटे सुरुवातीचे विधान असते, जे ऐकणाऱ्यांचे लक्ष वेधून घेते. याची तुलना वर्तमानपत्रातल्या बातमीच्या मथळ्याशी होऊ शकते, जी गोष्टीच्या महत्त्वाच्या कल्पनेची दर्शक असते. वक्त्यांनी काय सांगायचे आहे, त्याच्या मथळ्याचा ओळीने क्रम लावून आखणी करावी. त्यामुळे ऐकणाऱ्याला महत्त्वाचे मुद्दे समजतात आणि वक्ताही विषयाभोवती घुटमळणे अथवा शब्दबंबाळ सादरीकरण टाळू शकतो.

उपक्रम

दिवसभरात ज्यांना तुम्ही ओळखत नाही अशा व्यक्तींच्या तीन संवादांचे निरीक्षण करा.

संवाद १ पूर्वग्रह

- तुम्ही जर त्या संवादात सहभागी झाला असता, तर इतर लोकांबद्दल पूर्वग्रहदूषित असता का?
- कोणत्या कारणाने पूर्वग्रहदूषित झाला असतात?
- तुमची ऐकण्याची क्षमता वाढावी, म्हणून तुम्ही तुमच्या स्वतःच्या पूर्वग्रहांबद्दल काय कराल?

संवाद २ दृश्यचिन्हे

- या लोकांची पार्श्वभूमी सारखी आहे, असे वाटते का?

• त्यांचे हावभाव आणि चेहऱ्यावरच्या मुद्रा, एकाच प्रकारच्या आहेत का?

• त्याचे महत्त्व तुम्हाला समजते का?

• तुम्हाला कसे कळत आहे की ते तुम्हाला समजते?

• तुमची दृश्यचिन्हं जाणण्याची क्षमता वाढवण्यासाठी तुम्ही काय कराल?

संवाद ३ आवाजातले संदेश

• दोघेही बोलणारे एकाच स्वरात आणि एकाच आवाजात बोलत आहेत काय?

• त्यांच्या आवाजाचा ध्वनी कसा येत आहे, याबद्दल ते जागरूक आहेत का?

• तुम्ही जर त्यांच्या संभाषणात सहभागी झालात, तर तुम्हीही त्याच स्वरात, त्याच पट्टीत बोलाल का?

• आपल्या आवाजाचा इतरांवर काय परिणाम होतो, याबद्दलची तुमची जागरूकता तुम्ही कशी वाढवाल?

२. गती : चांगले वक्ते आपल्या श्रोत्यांचे निरीक्षण करतात आणि त्यांच्या गरजेनुसार आपल्या बोलण्याची गती कमी-जास्त करतात. याचा अर्थ असाही होतो की, काही वेळा ऐकणाऱ्यांनी प्रतिक्रिया द्यावी म्हणून ते बोलताना विराम घेतात. त्यांचे श्रोते त्यामुळे वक्त्याच्या प्रश्नाला उत्तरे देऊ शकतात किंवा स्वत:च्या काही नवीन गोष्टी मांडू शकतात.

पण काही वक्त्यांना असे वाटत असते की, जे बोलायचे आहे ते पूर्ण झाल्याशिवाय, स्वत:ची प्रत्येक कल्पना मांडल्याशिवाय त्यांची पाळी पूर्ण होत नाही. त्यामुळे श्रोते थकून जातात.

बोलत असताना कधी हळू, कधी जलद बोलणे, तसेच महत्त्वाची कल्पना सांगण्याआधी किंवा नंतर नाट्यपूर्ण पद्धतीने लोकांचे कुतूहल वाढवण्यासाठी मध्ये थांबणे, हेही गतीशीच संबंधित आहे. न बदलला जाणारा स्वर आणि ताल कंटाळवाणा वाटतो.

३. सारांश : 'मी त्यांना सांगितले की काय म्हणायची योजना आहे, नंतर मी त्यांना सांगितले, नंतर मी सांगितले जे मी आत्ताच तुम्हाला सांगितले.' ही युगापूर्वीची बातमी लिहिण्याची, किंवा सभेत बोलण्याची बौद्धिक चमक दाखवण्याची पद्धत झाली, पण ती वास्तवात रोजच्या संवादासाठी सुयोग्य नाही, जरी त्यात थोडीशी बुद्धीची चमक दिसत असली तरीही.

प्रत्येक विषयाच्या शेवटी सारांशाने सांगणे, हा वक्त्यांसाठी चांगला मार्ग असू शकतो, मथळा पुन्हा सांगितला जावा, मग नेमकेपणाने यादी करून ज्याची चर्चा झाली आहे अथवा जे मंजूर झाले आहे, ते मुद्देसूदपणे क्रमवार मांडले जावे. वक्ता नंतर प्रत्येकाला समजले की नाही, हे विचारू शकतो.

उपक्रम

तीन संवादांच्या दरम्यान या तंत्रांचा वापर करा.

संवाद १ मथळा

- बोलायला सुरुवात करण्यापूर्वी तुमच्या विचारांच्या मुख्य मुद्द्यांच्या मथळ्यांचा विचार करा.
- सुरुवात तुमच्या पहिल्या मथळ्याने करा.
- त्याचेच विस्तृत विवरण करा.
- मग श्रोत्यांच्या प्रतिसादानंतर पुढच्या मथळ्यावर जा.
- दुसऱ्या मथळ्यावर जाताना सावधपणे जा.

संवाद २ गती

- दुसऱ्या वक्त्याने ज्या गतीने भाषण केले, ते काळजीपूर्वक ऐका.
- नंतर जेव्हा तुम्ही बोलाल तेव्हा तुमची गती वेगळी आहे का, याकडे लक्ष द्या.
- तसे असेल, तर तुमची गती बदलून दुसऱ्या वक्त्याच्या गतीशी जुळवून घ्या.
- दुसऱ्या व्यक्तीच्या बोलणे संपण्याच्या संकेताकडे लक्ष द्या.
- तुम्ही तुमचे भाषण संपत आल्याचा इतरांना कशा पद्धतीने संकेत करता, तें शोधा.

संवाद ३ सारांश

- तुमचा मथळा सांगून, झाल्यानंतर त्याचा अर्थ विशद करा.
- दोन्ही वक्त्यांच्या योगदानात मांडलेल्या महत्त्वाच्या मुद्द्यांचा ठळकपणे उल्लेख करा.
- जेव्हा चर्चा थंडावेल, तेव्हा आत्तापर्यंत कोणते निष्कर्ष काढले, ते स्पष्टपणे सांगा.
- संवादाच्या शेवटी आत्तापर्यंत विचारात घेतलेल्या सर्व मथळ्यांची यादी करा.

छाप पाडणे

संज्ञापनामध्ये लोकांवर छाप कशी पडते, याचाही समावेश होतो. काही वक्ते असे असतात की, ते श्रोत्यांना अस्वस्थ करतात तर काही एकदम मोकळे वातावरण निर्माण करतात. लोकांना कदाचित हे माहीतही नसेल की, एखाद्यावर ते का विश्वास ठेवतात, त्याउलट दुसऱ्याकडे पाठ का फिरवतात. त्यांना फक्त एवढेच समजते की, काहीतरी चुकले आहे.

उदाहरणार्थ, काही लोकांच्या ओठात हास्य असते, पण डोळ्यात वेगळीच चमक असते. लोक बघतात आणि वक्त्यावर विश्वास ठेवायचा नाही असे ठरवतात. काही वेळा दिसण्यातल्या विसंगतीमुळे लोकांना अस्वस्थ वाटते. उदाहरणार्थ, एखाद्या वक्त्याने भारी कापडाचा सूट घातला पण त्याचबरोबर झिजलेले बूट, अस्वच्छ केस आणि कुरतडलेली नखे दिसत असतील, तर श्रोत्यांच्या मनात लगेच सावधानतेच्या घंटा वाजायला सुरुवात होते.

त्यामुळे अशा वक्त्यांची सर्वसाधारणपणे विचित्र छाप पडते. हा एक अपघात असतो अथवा असे घडू शकते, कारण वक्त्यालाच कळत नाही की तो परस्परविरोधी संकेत देत आहे. त्याचे ध्येय हे असले पाहिजे की, त्याचे हावभाव, चेहऱ्यावरील मुद्रा, भाषा आणि पेहराव हे तो जो आशय मांडणार आहे, त्याच्याशी सुसंगत पाहिजे. अशा सहा कृती आहेत ज्याचा वापर करून नेते स्वत:ची छान छाप पाडू शकतात.

१. ध्येय ठरवणे
२. कसे दिसतो ते तपासणे
३. भावना कह्यात ठेवणे
४. स्थळ-काळाचे भान ठेवणे
५. सोपेपणा आणणे
६. स्वत:वर नियंत्रण ठेवणे

ध्येय ठरवणे

चर्चा तेव्हाच समाधानकारक होते, जेव्हा प्रत्येकाला वाटते, आपल्या वेळेचा सदुपयोग झाला, प्रगती झाली, काहीतरी नवीन शिकायला मिळाले. जेव्हा संवादाचा हेतू सुस्पष्ट असतो, तेव्हा हे सहज शक्य होते. हा हेतूच कोणते शब्द निवडायचे, ते ठरवतो आणि बोलण्यात आत्मविश्वास आणतो.

कसे दिसतो ते तपासणे

आरशात बघा आणि स्वत:ला विचारा, ' माझा माझ्यावर भरवसा, विश्वास आहे का?' जर उत्तर 'नाही', असे आले तर विचारा, 'का नाही?' इथे नेहमी नम्रपणाची गरज असते. जर पेहराव परिस्थितीशी सुसंगत असेल तर श्रोत्यांना जे सांगितले जात आहे, ते त्यांनी स्वीकारण्यासाठी त्यामुळे मदत होते.

भावना कह्यात ठेवणे

वेगवेगळ्या परिस्थितींत उपयोगी पडेल, अशी नेत्याकडे वक्तृत्वशैली हवी. उदाहरणार्थ, जेव्हा डॉक्टर त्यांच्या रुग्णांना वाईट बातमी देतात, तेव्हा त्याचे महत्त्व व गांभीर्य त्यांना माहीत असते, पण कल्पना करा की, त्या डॉक्टरला रुग्ण भेटायच्या आधी काहीच क्षण एक खूप आनंदाची बातमी मिळालेली आहे.

व्यावसायिक लोक परिस्थितीनुसार, स्वत:च्या चेहऱ्यावरचे भाव बदलण्यास स्वत:ला शिकवतात. हे करण्यासाठी त्यांच्या भावना कधी कशा आहेत, हे त्यांना माहीत पाहिजे आणि त्यांनी त्या कह्यात ठेवल्या पाहिजेत.

स्थळ-काळाचे भान ठेवणे

याचा अर्थ असा की, माहिती कधी आणि कुठे द्यायची, त्याची योजना करणे. त्याबद्दल स्वत:ला असे विचारा की, या वेळी या ठिकाणी माहिती मिळाल्यावर माझी प्रतिक्रिया कशी काय होईल. त्याचे जे उत्तर येईल, त्याचप्रमाणे कृतिक्रम ठरवा.

सोपेपणा आणणे

महत्त्वाचे मुद्दे ठरवा आणि त्यांचे मथळे बनवा. नेते आहात म्हणून सवलत घेऊन आपला प्रत्येक विचार, भावना लोकांना सांगायचे टाळा. काम एवढेच आहे की, संदेश आठवणीत राहील असा, तरीही साधेपणाने पोहोचवणे.

स्वत:वरचे नियंत्रण

याचा संदर्भ स्वयंशिस्तीशी आहे. उदाहरणार्थ, जेव्हा लोक विरोध करतील, राग व्यक्त करतील, तेव्हा ते कायम शांतपणे घेणे. कोणीही भावनाविवश होऊन अथवा मन मानेल तशा प्रतिक्रिया देऊ शकतात. पण नेत्यांनी तसे कधीच करू नये.

जरी अशी परिस्थिती निर्माण झाली की, खरेतर ओरडण्याची, बाके वाजवण्याची किंवा पळून जाण्याची गरज आहे, तेव्हाही नेत्यांनी शांतच राहिले पाहिजे. का? कारण तो त्यांच्या कामाचा एक भाग आहे.

त्याचा सारांश असा :

महत्त्वपूर्ण संज्ञापनाची तयारी

- या प्रसंगी तुमचे ध्येय काय आहे? वैयक्तिक आणि व्यावसायिक?
- तुमचा पेहराव, तुमची भाषेची निवड, तुमच्या आवाजाचा स्वर याची एक सुसंगत छाप पडते का?
- तुमचा संदेश पोहोचवण्यासाठी ही वेळ आणि तुम्ही निवडलेली संज्ञापनाची पद्धत, तुम्हाला योग्य वाटते का?
- तुम्ही ऐकण्यासाठी तसेच बोलण्यासाठी पूर्णपणे तयार आहात का?
- या अनुभवातून तुमची छाप आणखी जास्त चांगली पडावी, म्हणून तुम्ही काय शिकण्याची योजना केली आहे?

गटचर्चा

ही नेत्याची जबाबदारी आहे की, त्याने गटचर्चा सुरू करावी, सगळ्यांना त्यात सहभागी होण्यासाठी प्रोत्साहन द्यावे आणि चर्चेचा निष्कर्ष निघेपर्यंत मार्गदर्शन करावे. गटचर्चांचे आयोजन व्यवस्थित केले गेले, तर त्यामुळे एकजूट आणि सामंजस्य वाढण्यास मदत होते. ही चर्चा आव्हानात्मक होते, जेव्हा कठीण प्रश्नांवर चर्चा होत असते आणि सुरुवातीला अगदी नगण्य एकमत असते किंवा अजिबातच एकमत नसते. काही नेते सुरुवातीलाच असामंजस्याची अथवा गोंधळाची परिस्थिती बघून आशा सोडून देतात आणि शांत राहण्याची आज्ञा करतात. त्यांना परिस्थिती हाताबाहेर जाईल अशी भीती वाटते. हे चूक आहे. जर नंतर यात मतभेद नकोत असेच सांगायचे असेल तर ती चर्चा घडवण्यापेक्षा आणि लोकांना आपली मते मांडायला प्रोत्साहन देण्यापेक्षा उत्तम गोष्ट ही की, चर्चा घडवून आणूच नये. हे करणे शहाणपणाचे ठरत नाही, याची तीन कारणे आहेत :

१. कारण मग लोक तेव्हाच मतभेद सांगू लागतील, जेव्हा नेता गैरहजर असेल.
२. कारण संघर्ष टाळणारा नेता हा सामर्थ्यवान न वाटता कुचकामी, धसका घेणारा वाटू शकतो.
३. कारण आधी मतं विचारायची आणि नंतर दिशा बदलून गप्प बसायला सांगायचे, हे उद्दामपणाचे कृत्य वाटते. त्याचा परिणाम असाही होऊ शकतो की, त्यानंतर सहकारी भविष्यात कधीच मते मांडणार नाहीत.

विरोधी दृष्टिकोन ऐकून घेण्यासाठी धैर्य लागते, तसेच चर्चा ही सगळ्यांसाठी आदरयुक्त झाली पाहिजे, हे लावून धरण्यासाठीही. जे समजुतीचे वातावरण निर्माण करण्यासाठी वचनबद्ध नेते आहेत, त्यांनी इतर लोकांचे दृष्टिकोन ऐकताना सहनशीलता दाखवून उदाहरण घालून दिले पाहिजे. असे म्हटले गेले आहेच की, आदर दिल्याने आदर निर्माण होतो आणि चर्चेच्या नेत्याकडे ही प्रक्रिया सुरू करण्याचा अधिकार असतो.

यामध्ये महत्त्वाचे आव्हान म्हणजे कृतिशील सहभागाला प्रोत्साहन देणे, सगळ्यांची चाललेली दिशाहीन मुक्त चर्चा किंवा एखाद्याच गटाची इतरांना झोप येईपर्यंत चालणारी दिखाऊ चर्चा हे सारे टाळावे लागते. खरोखरीची एकजूट तेव्हाच होते, जेव्हा मतभिन्नतेचा स्वीकार होतो. हे तेव्हाच होऊ शकते, जेव्हा गटाला खात्री असते की, चर्चेचे काही मूलभूत नियम आहेत, त्यामुळे प्रत्येकाचे नीट ऐकून घेतले जाईल. नेते ते नियम नंतर कायमस्वरूपी लागू करू शकतात.

जर गटाकडे असे मूलभूत नियम नसतील, तर नेत्याला ते गटाकडून निर्माण करून घ्यावे लागतात. या नियमांत याचा समावेश असावा :

लक्षपूर्वक ऐकणे, व्यत्यय न आणणे, आळीपाळीने बोलणे आणि बोलण्याआधी दखल घेतली जाण्याची वाट पाहणे.

औपचारिक सभेसाठी संस्थेच्या अंतर्गत मार्गदर्शक तत्त्वप्रणाली अथवा कायदेशीर प्रमाणित अहवालाची गरज असू शकते. त्यासाठी अध्यक्षाने औपचारिक सभा घेताना कसे वागावे, याचे वर्णन करणारे संदर्भग्रंथही असतात. तथापि, याचा पुढचा भाग हा अनौपचारिक चर्चेचे नेतृत्व कसे करावे, याची कल्पना देणारा आहे.

अनौपचारिक चर्चेचे नेतृत्व करण्यासाठी नेत्याकडे खालील कौशल्ये असावीत.

- मार्गदर्शन करणे
- गोषवारा घेणे
- मध्यस्थी करणे

मार्गदर्शन करणे

चर्चेच्या सुरुवातीलाच नेत्याचे हे काम असते की, चर्चेचा हेतू काय आहे ते सांगणे, एकंदर उपलब्ध असणारा वेळ किती आहे हे सांगणे, तसेच चर्चेच्या पायाभूत नियमावलीची आठवण करून देणे. एकदा चर्चा सुरू झाली की, नेता सदस्यांना शांतपणे मार्गदर्शन करतो, त्यामुळे ते विषय सोडून बोलत नाहीत. तसेच तो खातरी करून घेतो की, कुणी एकच जण वादविवादावर हुकमत गाजवत नाही. प्रत्यक्षात, याचा अर्थ असा की, बोलायला सांगितल्याशिवाय कुणी बोलत नाहीत.

नेत्याने चर्चेत अत्यंत आस्थेवाईकपणे न्याय्य राहिले पाहिजे, कारण एखादा, आपला मुद्दा मांडण्यासाठी खूप लांबण लावतो किंवा काही जणांना परत परत बोलायला दिले जाते. त्यामुळे लगेचच बाकीच्यांचा चर्चेमधला रस कमी होतो. जेव्हा बोलणाऱ्याने लांबण लावली असता बाकीचे लोक आपआपसात बोलू लागतात, तेव्हा परिस्थिति आणखी बिकट होते. त्यामुळे आळीपाळीने बोलणे हा पायाभूत नियम असेल (तसा तो असावा), तर नेत्याचे काम आहे की, त्याने त्या नियमाचे पालन केले पाहिजे.

सामर्थ्यवान लोकांना त्यांची पाळी येईपर्यंत थोपवणे, हे धैर्याचे काम आहे, कारण तसे केल्याने ज्यांना स्वत:चीच चालवायची सवय आहे, अशा लोकांत हे नेते अप्रिय होतात. जेव्हा एखादी व्यक्ती व्यत्यय आणायचा प्रयत्न करेल, तेव्हा नेत्यांनी ठाम राहिले पाहिजे. अडथळा आणू नये व तुमची पाळी येईपर्यंत वाट पाहिलीच पाहिजे, हे सांगायचे काम नेत्याचे आहे.

प्रभावी गटचर्चेसाठी नेत्याजवळ आवश्यक असणाऱ्या गुणांमध्ये या गुणांचा समावेश होतो : चातुर्य, उत्तम स्मरणशक्ती-काय म्हटले गेले आहे, कुणी म्हटले आहे?, विनोदबुद्धी, ठामपणा आणि वेळेच्या बाबतीत काटेकोरपणा.

मदतीसाठी काही वाक्ये

'हा व्यत्यय होत आहे, कृपया वक्त्याला त्यांचे बोलणे संपवू द्या.'

'मला हे प्रत्येकाला सांगायलाच पाहिजे की, अडथळा आणू नका.'

'प्रत्येक वक्त्याला आपले म्हणणे मांडू द्या.'

'हे अगदी महत्त्वाचे योगदान आहे, पण आता दुसरे बोलत आहेत, तुमची पाळी येईपर्यंत थांबा.'

'तुमचा उत्साह खूपच आहे, पण वेळेची मर्यादा लक्षात घेता, याच वेळात वेगवेगळे दृष्टिकोन ऐकणे गरजेचे आहे.'

गोषवारा घेणे

जेव्हा चर्चा मूळ मुद्द्यापासून भरकटत जाते, तेव्हा गोषवारा घेऊन नेत्याला ती चर्चा पुन्हा योग्य मार्गावर आणून सोडता येते. जे विषयांतर झाले, त्याचा सारांश सांगून नंतर तो शक्य असेल तर परत मुख्य चर्चेच्या विषयाशी जोडता येऊ शकतो. पण ते टीकाटिप्पणीच्या स्वरूपात नसावे.

जर नेत्यांना पट्कन विषयांतर झाले आहे हे समजले, तर त्यांना लोकांचा वेळ

आणि लक्ष यावरचा ताण कमी करून ठामपणे मूळ विषयाकडे येता येते. तसेच, ज्या व्यक्तीने विषयांतर केले, त्याला पुढच्या सभेतल्या कार्यक्रमपत्रिकेत तो मुद्दा घेण्यासाठी निमंत्रित करता येते.

मदतीसाठी वाक्ये

'हे छान वाटतंय, पण आपला मूळ मुद्दा बाजूला राहतोय.'

'यात काही महत्त्वाचे मुद्दे आलेले आहेत आणि ते आपल्या मूळ विषयाशी अशा पद्धतीने जोडता येतील.'

'आता हे बाजूचे मुद्दे आपण सारांशरूपाने पाहू, याच सभेत आपण त्यावर नंतर चर्चा करू किंवा पुढच्या वेळी आपल्या कार्यक्रमपत्रिकेत घेऊ.'

मध्यस्थी करणे

काही वेळा दोन व्यक्ती वादात अडकून पडतात, तेव्हा नेत्याला मध्यस्थी करावी लागते, नाहीतर त्यांच्यातला वाद हाच सभेवर स्वामित्व गाजवतो.

अशी परिस्थिती ज्या गटात दुफळी असते तिथे नेहमीच उद्‌भवते. एका गटाचा प्रवक्ता जोरजोरात बोलतो, मग विरुद्ध गटाचा प्रवक्ता त्याला प्रत्युत्तर देतो. हे टेनिस मॅचसारखेच असते, फक्त संवादाचा चेंडू इकडून तिकडे टोलवला जात असतो.

या वेळी नेत्याने मध्ये पडून दोन वेगळी मते सादर झाली आहेत, हे लक्षात आणून द्यावे आणि आता गटातल्या उरलेल्या सभासदांनी त्याविषयी बोलावे असे सांगावे. जर परत त्याच लोकांना बोलायला सांगण्यात आले, तर नेत्याने त्यांचे बोलून झाले आहे आता इतरांना बोलायची संधी देणे आवश्यक आहे, हे निक्षून सांगावे.

मदतीसाठी वाक्ये

'तुमच्या मताबद्दल धन्यवाद. याबाबत गटातल्या इतरांचा काय विचार आहे?'

'तुम्ही दोघे कृपया मागे जाऊन बसा, तोपर्यंत त्यांच्यापैकी प्रत्येकाशी सहमत असलेल्यांना गोषवारा घेऊ द्या.'

'आता फक्त दोघांमधला संवाद आपण टाळू या. आता अजून कोणाला बोलायचे आहे?'

सारांश

संज्ञापन कौशल्याने आयुष्यातल्या सगळ्याच बाजूंचा फायदा होतो, फक्त नेतृत्वगुणाच्या विकासात होतो असे नाही. जरी ही कौशल्ये नेहमी गृहीत धरली जात असली, तरी ती असणे आवश्यक असते. ऐकणे आणि बोलणे, हे याचे पायाभूत दगड आहेत. नेता स्वतःच्या व्यक्तिमत्त्वाची कशी छाप पाडतो, हे ही महत्त्वाचे आहे. या गोष्टीसाठी सहा कृतींचा वापर करून सकारात्मक छाप पाडण्यासाठी मदत होऊ शकते. इथे एक संज्ञापनाची तपासणीसूची दिली आहे, ती या आठवड्यातही वापरा आणि भविष्यातही.

१. या आठवड्यातल्या तुमच्या संज्ञापन वर्तणुकीचे तुम्ही कसे वर्णन कराल?

२. त्यातले तुम्हाला काय आवडले आणि काय आवडले नाही? तुम्ही सुधारणा कशी घडवून आणू शकाल?

३. तुमची छाप कशी पडेल, याचा विचार करून तुम्ही एखाद्या महत्त्वाच्या सभेची तयारी केली का?

४. तुमच्या ऐकण्याच्या कौशल्याच्या तीन सामर्थ्यांची यादी करा. या सामर्थ्यांच्या पायावर तुम्ही काय काय उभारू शकाल?

५. तुमच्या ऐकण्याच्या कौशल्याच्या तीन कमतरतांची यादी करा.त्यावर मात करण्यासाठी तुम्ही काय करू शकाल?

६. आता तुमच्या बोलण्याच्या कौशल्याच्या तीन सामर्थ्यांची यादी करा. या सामर्थ्यांच्या पायावर तुम्ही काय काय उभारू शकाल?

७. तुमच्या बोलण्याच्या कौशल्याच्या तीन कमतरतांची यादी करा. त्यावर मात करण्यासाठी तुम्ही काय करू शकाल?

८. या आठवड्यात तुम्ही गटचर्चेचे नेतृत्व केले का? जर केले असले, तर तुमच्या नेतृत्वामधले तुम्हाला काय आवडले आणि काय आवडले नाही?

वास्तव चाचणी (उत्तरे शेवटी दिली आहेत)

१) कोणता शब्द पूर्वग्रहाचे यथोचित वर्णन करतो?
अ विकृती
ब स्पष्टता
क बघणे
ड प्रामाणिकपणा

२) इमोटीकॉन्स म्हणजे-----.
अ महत्त्वाची भाषणे
ब फुटबॉलच्या घोषणा
क रेडिओ सिग्नल्स
ड विरामचिन्हे

३) एक सुसंगत छाप पडल्याने आपल्याला ----मिळतो.
अ भारी कपडे
ब चांगले वागणे
क विश्वास
ड स्वच्छ आवाज

४) यापैकी कोणत्या गोष्टीमुळे बोलणाऱ्याबद्दल सकारात्मक छाप पडायला मदत होते?
अ टक लावून पाहणे
ब जोरात बोलणे
क महत्त्वाकांक्षा
ड वेळेचा विचार करणे

५) यापैकी काय गटचर्चेला साहाय्यकारक होते?
अ पायाभूत नियम
ब हुकमत गाजवणारे वक्ते
क पूर्वग्रह
ड भावना

६) ऐकत असताना यापैकी कशाकडे लक्ष द्यावे?
अ आशय
ब पूर्वग्रह
क स्वच्छता
ड गती

७) हावभावामुळे ---- वाढतो.
अ गोंधळ
ब आवाज
क अर्थ
ड अंतर

८) मथळे वक्त्याची ----दर्शवतात.
अ तातडी
ब महत्त्वाची कल्पना
क बातमी
ड वेळ

९) गोषवाऱ्यामुळे नेत्याला ---- आटोक्यात ठेवायला मदत होते.
अ राग
ब आळस
क लेखन
ड विषयांतर

१०) गटचर्चा ---- कडे नेते.
अ एकता
ब भीती
क वाया गेलेला वेळ
ड अहंकार

प्रकरण ५

अधिकार आणि सत्ता

बऱ्याच लोकांना अधिकार आणि सत्ता हे शब्द दहशतीचे अथवा नकारात्मक वाटतात. याचे कारण म्हणजे इतिहासातल्या आणि आत्ताच्या काळातल्या वाईट नेत्यांनी त्यांना आपल्यासारखे बनवले आहे. पण असेही काही नेते आहेत की, ज्यांच्यात सचोटी आहे. त्यांची संख्या केवळ चमकण्यासाठी, सत्तेसाठी, अथवा स्वतःची हाव भागवण्यासाठी नेतेपद घेणाऱ्यांपेक्षा जास्त आहे.

उत्तम नेते अधिकार आणि सत्तेचा वापर चतुरपणे करतात. वादविवादाला प्रोत्साहन देण्याइतपत त्यांच्यात आत्मविश्वास असतो. वेगवेगळ्या मतांमध्ये त्यांना रस असतो आणि ते इतरांचे बोलणे धमकी न समजता ऐकू शकतात. आजच्या कार्यक्रमात आपण पाच विषयांच्या वैशिष्ट्यांचा अभ्यास करू, जे अधिकार आणि सत्तेचा प्रभावी वापर करण्यास मदत करतात.

- नेतृत्वाच्या शैली
- चार पद्धतींची सत्ता
- सत्तेचा वापर
- घटना अनुकूल बनवणे
- अधिकार देणे

अधिकार म्हणजे काय?

नुसते नेता हे पद मिळाले म्हणजे आपोआप त्या व्यक्तीला नेता म्हणून काम करण्याचा अधिकार मिळत नाही. व्यावसायिक पद हा फक्त एक आरंभबिंदू असतो. नेत्याची वागणूक लोकांना त्याला साहाय्य करायला प्रोत्साहित करते किंवा करत नाही. प्रत्यक्षात नेमलेले नेते दुर्लक्षित राहू शकतात किंवा त्यांना बगल दिली जाते.

असेही नेते असतात, जे फक्त नावापुरते नेते असतात आणि त्यांचा असा विश्वास असतो की, लोकांनी त्यांच्या आज्ञेचे पालन करावे म्हणून धमक्या देणे, बळजबरी करणे अनिवार्य असते. असे वागताना त्यांच्या ऊर्जेचा प्रचंड प्रमाणात ऱ्हास होतो. प्रत्यक्षात खरेतर त्यांच्यासाठी हे सोपे आहे की, लोकांशी अशा तऱ्हेने वागायचे की, त्यांचा आत्मविश्वास वाढेल आणि लोकांना त्यांचे अनुयायित्व स्वीकारावे लागेल. तथापि, त्यासाठी कौशल्याची गरज आहे.

चर्चा, अभिप्राय, सत्रे, वादविवाद याची नेत्यांना, आपल्या अनुयायांच्या गरजा काय आहेत? त्यांना काय हवे आहे, हे शिकण्यासाठी आवश्यकता असतात. त्यांना प्रोत्साहन देणे, हा नेत्यांच्या कामाचा एक भाग असतो. गटामधली वेगवेगळी मते दाबून टाकणे, दुर्लक्षित करणे अथवा धैर्य खच्ची करणे, ही कमकुवत आणि भेकड नेत्याची लक्षणे आहेत. असा नेता जो स्वत:चे नियंत्रण राहावे, म्हणून नेत्याच्या भूमिकेमागे लपतो.

ही अधिकाराची व्याख्या पाहा.

> 'अधिकार, ही कायदेशीर आणि न्याय्य हक्काने सत्तेचा वापर करण्याची शक्ती आहे. जिला लोकमान्यता असते आणि जी नियमावली, मान्यताप्राप्त परंपरा अथवा परिस्थितीजन्य गरजेवर आधारित असते.'

आत्मविश्वास, उत्सुकता आणि शक्ती हे सामर्थ्यवान नेत्याचे गुण आहेत. अटळपणे ज्यांच्याकडे हे गुण आहेत, त्यांना चर्चेत इतरांचा समावेश असणे गरजेचे वाटते. ते स्वेच्छेने, सुयोग्य वाटेल तेव्हा प्रसिद्धीत दुसऱ्याला वाटा देतात.

तसे पाहायला गेले, तर भविष्यात कोणत्याही नेत्याचे खच्चीकरण होऊ

शकते, पिळवणूक होऊ शकते अथवा त्याची हकालपट्टी होऊ शकते. तथापि, नेते जेव्हा लोकांना वेगवेगळे दृष्टिकोन व्यक्त करायला देत नाहीत, विरोध करतात, त्याचा हा परिणाम असू शकतो.

वृत्तीमधला मोकळेपणा आणि इतरांचे ऐकून घ्यायची इच्छा यामुळे नेता आणि अनुयायी यांच्यात एक बंध निर्माण होतो. याचे कारण लोकांना तेच आवडतात, जे त्यांचे म्हणणे ऐकून घेतात आणि त्यांच्या कल्पनांत रस घेतात.

नेतृत्वाच्या शैली

अधिकार हा नेतृत्वाच्या शैलीतून व्यक्त होतो. संशोधनाने असे सिद्ध झाले आहे की, नेतृत्वाच्या तीन प्रमुख शैली आहेत. त्या अशा :

- लोकशाही
- सत्ताभिलाषी
- सवलती देणारी

लोकशाही

लोकशाही पद्धतीचा गाभा हा सहकाऱ्यांमधल्या परस्पर आदराचा असतो, त्याचा त्यांचे पद आणि प्रतिष्ठा यांच्याशी काहीही संबंध नसतो. जेव्हा नेत्यांना जाणवते की, आपल्या सहकाऱ्यांमध्ये कौशल्याचा अथवा अनुभवाचा अभाव आहे, ते त्यांच्या वाढीसाठी आणि विकासासाठी संधी निर्माण करतात. या शैलीचे सामर्थ्य म्हणजे निर्माण होणारे सकारात्मक वातावरण आणि एक विश्वास की, नूतन

बदलांना पुरस्कृत केले जाईल आणि नवीन कल्पना पारखल्या जातील, शोधल्या जातील.

जेव्हा नेते ही शैली वापरतात, तेव्हा लोक एकमेकांकडून शिकतात. ज्यामुळे नेत्यांसकट प्रत्येकाचा फायदा होतो. असे कमी समाधानकारक अनुभव मिळतात, जेव्हा सुरुवातीला सर्वसाधारण कौशल्य असलेले लोक एक गट तयार करतात, एकत्र काम करतात, एकत्र विकसित होतात आणि त्यातून एक कौशल्यपूर्ण आणि सामर्थ्यवान संघ तयार होतो.

याउलट, काही नेते असे असतात की, जे निराशेने स्वत:च ग्रासलेले असतात, कारण त्यांना वाटते की, त्यांच्या भोवती त्यांच्या तोडीचे लोक नाहीत तर बुद्धिहीन हस्तकांचा गराडा आहे. जरी त्यांनी भाडेतत्त्वावर काही नवीन बुद्धिमान आणि हुशार लोक घेतले तरी हळू हळू तेही असमाधानकारक असल्याचे सिद्ध होते. या नेत्यांचा प्रश्न गंभीर स्वरूपाचा असतो, कारण ते आपल्या नेतृत्वामधला दोष पाहू शकत नाहीत. जेव्हा संपूर्ण जग सातत्याने चुकीचे वाटते, तेव्हा जे बघितले जाते ते नाही, तर बघणाऱ्याला बदलण्याची वेळ आलेली असते.

सत्ताभिलाषी

ज्या वेळी प्रचंड अराजक माजते किंवा गोंधळ होतो, अशा वेळी या शैलीचा नेता लोकांना आवडतो, कारण ते एखाद्या सामर्थ्यवान अधिकाऱ्याच्या शोधात असतात, जो त्यांना काय करा हे सांगेल. इतिहासामध्ये निश्चितच अशी हुकूमशहांची उदाहरणे आहेत, ज्यांना सत्तेवर येण्यासाठी निमंत्रित केले गेले. त्यावरून त्यांची महती कळते.

तथापि, असे सखोल संशोधन झाले आहे, ज्यात असे सूचित केले आहे की, लोकशाही पद्धतीने नेतृत्व केलेल्या गटापेक्षा, एकट्याने आज्ञा देणाऱ्या नेत्याचा गट हा कालांतराने अनुत्पादक आणि तुलनेत फारच कमी नफा देणारा गट ठरतो. जेव्हा नेते हे खूप घाबरलेले असतात किंवा अति अभिमानी असतात, अथवा त्यांच्या सहकाऱ्यांचे म्हणणे न ऐकून घेण्याइतपत अहंकाराने पछाडलेले असतात, तेव्हा ते स्वत:चीच ताकद कमकुवत करतात. याउलट, खुली चर्चा घडवून आणल्याने वैयक्तिक सामर्थ्याचे दर्शन घडते. यात अधिकारातील आत्मविश्वास, उत्तम पारख आणि शिकण्याची इच्छा दिसते.

सवलत देणारे

सवलत देणारी नेतृत्वाची शैली हा नेहमी लोकशाही पद्धतीसाठी केलेला चुकीचा प्रयत्न असतो. हे नेते आपली इच्छा इतर लोकांवर लादण्यास नेहमी अलिप्त असतात. अधिकारपदाची नावड, कामातला नीरसपणा, साशंकता अथवा आळस याचा तो परिणाम असू शकतो.

नेतेपदाची जबाबदारी नाकारण्याचे त्यांचे कारण काही का असेना, हे नेते इतर लोकांना ज्यांना कामात साहचर्य, कृतिशील साहाय्य आणि मार्गदर्शनाची गरज असते त्यांना क्रोधाविष्ट करू शकतात.

लोकांची गरज असते, आणि त्यांना सरळ साधे बोलणारा, त्यांच्या ध्येयाची आठवण करून देणारा, त्यांची गाडी रुळावर ठेवणारा, चर्चेकडे लक्ष ठेवणारा, कामकाजात आव्हान देणारा आणि त्यांच्यामधला सगळ्यात प्रवीण, अशा नेत्याची आवश्यकता असते. सवलती देणाऱ्या नेत्यांना हा त्यांचाच कामाचा भाग आहे, हे कळतच नाही.

जरी सहकाऱ्यांना वरवर पाहता असे छान नेते, मग तो पुरुष असो अथवा स्त्री आवडत असले तरी ते त्यांचे वर्णन कमकुवत, कणाहीन, अकार्यक्षम असेच करतात आणि ज्या दिवसापासून त्यांच्यासाठी काम करायची सुरुवात केली, त्या दिवसाबद्दल पश्चात्ताप करतात. दुर्दैवाने जर केव्हा या नेत्यांना कळले की, इतर लोकांचे त्यांच्याबद्दलचे मत काय आहे, तर त्यांन धक्का बसतो, ते दुखावले जातात आणि निराश होतात. तथापि, जेव्हा उच्च निर्मितिक्षम लोकांना किंवा व्यावसायिक अथवा तांत्रिक तज्ज्ञांचे नेतृत्व करायचे असेल, तर सवलती देणारी शैली फायदेशीर ठरते. नेता सवलत देण्याची शैली वापरून अशा लोकांना थोडे विषयांतर करायला आणि शोध घ्यायला परवानगी देऊन त्यांना एकत्र काम करायला, उत्तम निष्कर्ष काढायला प्रोत्साहन देऊ शकतो. ही शैली दृष्टी आणि सातत्याने प्रेरणादायी

कल्पनांची देवघेव यांच्यावर अवलंबून असते.

सगळ्या तीनही प्राकारच्या शैली या दोन्ही गोष्टी करू शकतात, मदत करू शकतात किंवा परिस्थितीला हानी पोहोचवू शकतात. नेत्यांनी हे ठरवावे लागते की, कधी कोणती पद्धत वापरायची. या सगळ्याचा सारांश खालीलप्रमाणे मांडू शकतो.

फायदे

लोकशाही : या पद्धतीचे नेते प्रत्येकाला त्याची कौशल्ये आणि बुद्धिमत्ता वापरण्यासाठी प्रोत्साहन देतात, त्यामुळे उच्चतम दर्जाचे काम करून घेता येते.

सत्ताभिलाषी : हे नेते गती, एकात्मता आणि सुस्पष्टता देतात, जेव्हा ठोस मार्गदर्शनाची गरज असते. काही वेळा अशी परिस्थिती असते की, नेमके काय केले पाहिजे, हे कळल्याने लोकांना फायदा होतो.

सवलती देणारे : जेव्हा उच्च निर्मितिमूल्य असलेल्या लोकांच्या नेतृत्वाची जबाबदारी घ्यायची असते, तेव्हा सवलत देणारी शैली सर्वोत्तम असते, कारण हे लोक मुक्त वातावरणात खुलतात. जेव्हा परस्परानुकूल कार्य करण्याची गरज लागत नाही, तेव्हा ही पद्धत उपयोगी पडते.

नैराश्य

लोकशाही : या पद्धतीचे नेते असहनशील सहकाऱ्यांना वेडे करतात, कारण चर्चेत खूप वेळ जातो आणि प्रगती हळू होते.

सत्ताभिलाषी : या प्रकारचे नेते फारच एकाकी असतात. ते सहकाऱ्यांना त्यांच्या कल्पनांचे, नावीन्यपूर्ण माहितीचे योगदान करू देत नाहीत, त्यामुळे त्यांना वैफल्यग्रस्त बनवतात.

सवलती देणारे : हे नेते स्वतः मार्गदर्शन करण्याचे आणि कृतीही करण्याचे टाळतात. त्यामुळे त्यांच्या सहकाऱ्यांवरही कृतिशून्य बनण्याची वेळ आणतात.

चार पद्धतींची सत्ता

१. पदामुळे लाभलेली
२. तज्ज्ञ असण्याने लाभलेली
३. चमत्कारामुळे लाभलेली
४. माहितीच्या संकलनामुळे लाभलेली

पदामुळे लाभलेली सत्ता

या पद्धतीची सत्ता ही एखाद्या विशिष्ट कामाशी अथवा पदाशी निगडित असते. अशी सत्ता असलेले नेते त्यांच्या संघटनेतर्फे अशा पदावर औपचारिकरीत्या नेमलेले असतात. जर नेत्याने ते पद सोडले तर त्याबरोबर त्याची सत्ताही जाते.

याचाच अर्थ असा की, एखाद्या विभागाचा प्रमुख जेव्हा ते पद सोडतो, तेव्हा त्याच्याकडे विभागाचे नेतृत्व करायचे अधिकारही राहत नाहीत. ते अधिकार पुढे जी व्यक्ती पदावर येईल, तिच्याकडे सुपूर्त केले जातात. अशा प्रकारे पदाशी निगडित अधिकारपद सोडल्यावर संपतात हे जरी उघड असले, तरी काही लोक तो अधिकार सोडण्यास राजी होत नाहीत अथवा पुढच्या पद सांभाळणाऱ्या व्यक्तीकडे ते जाणार हे स्वीकारू शकत नाहीत, पण ज्या व्यक्ती मानाने पद सोडत नाहीत, त्यांच्याबद्दल इतरांचे वाईट मत निर्माण होते.

तज्ज्ञ असल्यामुळे लाभणारी सत्ता

या पद्धतीची सत्ता ही वैयक्तिक प्रज्ञा, कौशल्य, आणि त्या व्यक्तीजवळ असणारा अनुभव यातून मिळालेली असते. याचा ती व्यक्ती कोणत्या पदावर आहे याच्याशी काहीच संबंध नसतो. हे जेव्हा नोकरी बदलून दुसरीकडे जातात, तेव्हा त्यांचे प्रावीण्य त्यांच्याबरोबर जाते. ही सत्ता अध्ययन, प्रशिक्षण आणि नवीन कौशल्य शिकून प्राप्त केली जाते.

जेव्हा एखाद्या व्यक्तीकडे दोन्ही म्हणजे पदामुळे आणि तज्ज्ञ असल्यामुळे सत्ता असते, तेव्हा त्याची स्थिती बळकट असते. तथापि, ज्यांना खरोखरच तांत्रिक अंगाने काम करायला आवडते, त्यांना त्यांची प्रतिनिधी म्हणून असलेली भूमिका तज्ज्ञ म्हणून काम करताना अडथळा आणते असे वाटते, त्यामुळे काही तज्ज्ञ असे पद घेण्याचे टाळतात.

तज्ज्ञ म्हणून अधिकार नेहमी अनौपचारिकरीत्या वापरले जातात. ज्या नेत्यांना

केवळ पदामुळे अधिकार मिळालेले आहेत, ते तज्ज्ञांना साहाय्य करतात, तेव्हा त्याचा फायदा सगळ्यांनाच होतो.

चमत्कारामुळे लाभलेली सत्ता

ज्यांच्याकडे लोकांना आकर्षित करून घ्यायची शक्ती असते, ती शापही ठरू शकते आणि वरदानही. संघटनेमध्ये असे लोक नेहमी बेफामपणे वागत असतात. इतिहासातली उदाहरणे लक्षात घेता, अशा अतिशय आकर्षक नेत्यांचा शेवट नेहमी दारुण होतो. एकटेपणात त्यांचा वाईट पद्धतीने मृत्यू होतो, ते तुरुंगात जातात किंवा हॉलिवूड अथवा बॉलिवूडमध्ये जातात.

पण आकर्षक नेते आपल्या सहकाऱ्यांना खरोखरच सर्वोत्तम काम करण्याची प्रेरणा देऊ शकतात. याची वाईट बाजू अशी की याच एकमेव क्षमतेवर अवलंबून राहून लोकांना प्रभावित करण्याचा मोह त्यांना होतो. हे फारसे शहाणपणाचे नाही. आकर्षकता आणि प्रभावळ याशिवाय आणखी काही गोष्टी या नेत्यांनी विकसित करण्याची गरज असते आणि इतर क्षमतांचासुद्धा विचार केला पाहिजे, हे समजणे आवश्यक असते.

माहितीमुळे लाभलेली सत्ता

डिजिटल तंत्रज्ञानाने प्रचंड प्रमाणात माहिती साठवणे शक्य झाले आहे. ज्या

लोकांना माहिती व्यवस्थित मिळवून त्याचे उपयुक्त ज्ञानात रूपांतर करून वापरता येते, त्यांना संघटनेत अतिशय महत्त्वाचे स्थान प्राप्त होते. त्यांचे पद कोणते आहे किंवा संघटनेत ते कोणत्या पायरीवर काम करत आहेत, याचा काहीही संबंध लक्षात न घेता ज्यांच्याजवळ ज्ञान आहे ते कर्मचारी खरोखरच सामर्थ्यवान ठरतात.

पूर्वीच्या काळी ज्यांनी अनेक वर्षं कामे केली अशा कर्मचाऱ्यांजवळ माहितीचे सामर्थ्य असायचे. त्यांना मुद्दाम बोलावून घेऊन कोणती गोष्ट कुठे साठवली आहे, कोणती घटना कधी घडली ते विचारले जायचे. आता माहितीच्या साठ्याने मानवी स्मरणशक्तीची जागा घेतली आहे आणि जे ती माहिती व्यवस्थित वापरण्याजोगी ठेवतील त्यांच्याकडे ती सत्ता आता आली आहे.

सत्तेचा वापर

नेत्याकडे जेव्हा उघड उघड आणि सहजी ओळखू येणारा अधिकार असतो, तेव्हा तो वापरणे सहज शक्य होते. पदाशी निगडित अधिकार हे नेत्याला इतरांनी दिलेले असतात. तज्ज्ञ म्हणून अधिकार, अध्ययन आणि अनुभवातून मिळतो. करिश्मा ही अंतर्गत गुणवत्ता आहे की ज्यामुळे इतर लोक आकर्षित होतात, प्रभावित होतात. माहितीने मिळणारा अधिकार हा तज्ज्ञाप्रमाणे मिळवावा लागतो, जो माहितीचे व्यवस्थापनकौशल्य वापरून मिळवता येतो.

काही दुर्मीळ वेळा नेत्याकडे या चारही प्रकारच्या सत्ता असतात. त्यामुळे त्यांच्या नेतृत्वाला मजबुती येते, पण हे घातकही ठरू शकते, कारण लोक मग प्रश्न विचारायचे टाळू लागतात. या नेत्यांभोवती सतत होयबा आणि स्तुतिपाठकांचा गराडा पडण्याचा धोका निर्माण होतो. अर्थात हे सगळे एकाच प्रकारचा अधिकार असणाऱ्या नेत्याबाबत पण घडू शकते, पण ज्याच्याकडे एकाधिक अधिकार आहेत, त्यांच्याबाबत हे घडण्याची शक्यता दाट असते.

उपक्रम

१. उदाहरणांचा विचार करा. प्रत्येकासाठी एक-चारही प्रकारचा अधिकार जो इतर लोकांनी प्रदर्शित केलेला तुम्ही पाहिला.

२. प्रसंगाचा विचार करा- प्रत्येकाचा एक, जेव्हा तुम्ही प्रत्येक अधिकाराचा वापर केला.

३. अशा प्रकारचा प्रसंग आठवा, जेव्हा तुम्ही चुकीच्या अधिकाराचा वापर केला. उदाहरणार्थ, तुम्ही सहकाऱ्यांना नुसतीच भरमसाट

माहिती दिली, जेव्हा तुमचे काम सभेचे नेतृत्व करणे हे होते. हा प्रसंग जर तुम्हाला पुन्हा जगता आला तर तुम्ही काय वेगळे कराल? वापरला होता त्याऐवजी कोणता अधिकार वापराल?

घटना अनुकूल बनवणे

प्रभावी नेत्यांमधे लवचीकता असते, जेव्हा ते आलेल्या वेळेनुसार नेतृत्वाची कोणती शैली सर्वोत्तम ठरेल, याचा निर्णय घेतात. आपला गट विकासाच्या कोणत्या पायरीवर आहे, ते ओळखून ते हे ठरवतात. यालाच 'परिस्थितीजन्य नेतृत्वाचा नमुना', असे म्हणतात. यानुसार गटाच्या विकासाचे चार टप्पे असतात, आणि नेते गटाच्या टप्प्याची गरज ओळखून, त्यांची शैली निवडतात.

- पहिला टप्पा सुरू होतो, जेव्हा गटाची स्थापना होते. या वेळी नेत्याची भूमिका मार्गदर्शकाची असावी, ज्यामुळे काम मार्गी लागेल याची खात्री वाटेल. याचा अर्थ लोकांना सर्वप्रथम काय करायचे हे सांगणे, ज्यामुळे गोष्टी पुढे सरकतील. एकदा गटामधल्या लोकांना काम समजले की, नेत्याने त्यांना प्रोत्साहित करावे.
- दुसरा टप्पा असतो शिकवणे, जिथे नेता काम का महत्त्वाचे आहे, याचे स्पष्टीकरण देतो आणि गटातल्या सभासदांना कौशल्य आणि आत्मविश्वास मिळवण्यास साहाय्य करतो.
- तिसरा टप्पा गटातल्या सदस्यांची नात्याची वीण पक्की करायला प्रोत्साहन देतो की, ज्यामुळे ते एकमेकास उत्तम प्रकारे साहाय्य करतील. हा सहभाग वाढवण्याचा टप्पा आहे आणि नेता प्रत्येकाला काम चांगल्या प्रकारे करण्यासाठी त्यांच्या कल्पना आणि उपाय याबद्दल विचारतो.
- चौथा टप्पा गटातल्या सदस्यांना कामाबद्दलचे निर्णय घेण्याचा अधिकार देतो, जे त्या कामाची जबाबदारी स्वत:च उचलतात.

जो गट अशा चारही विकासाच्या टप्प्यांतून जातो, त्याला परिपक्व गट म्हणतात. या चार टप्प्यांच्या नमुन्यामुळे नेत्याला आपल्या गटाच्या गरजेला कोणत्या शैलीने आपण सर्वोत्तम सेवा देऊ शकू, याचा निर्णय घ्यायला मदत होते. याने हेही सुस्पष्ट होते की, कोणत्या प्रसंगी गटाला काय केले पाहिजे हे सांगून फायदा होतो आणि कधी तसे सांगितल्याने ते नाराज होतात.

अधिकार देणे

गटाला विकासाच्या वाटेवर पुढे नेण्यासाठी नेत्याला अधिकार देण्याच्या कौशल्याचा फायदा होतो. विशेषत: शिकवणे आणि सहभाग या विकासाच्या दोन टप्प्यांत ते उपयुक्त ठरते, कारण त्यामुळे गटाला नवीन कौशल्य शिकण्यासाठी आणि जास्तीचा अनुभव घेण्यासाठी प्रोत्साहन मिळते. त्यामुळे ते गटात जास्त जबाबदारी स्वीकारण्यास तयार होतात. परिणामकारक अधिकार प्रदान करण्याच्या चार पायऱ्या आहेत.

१. कामाचे नेमके स्वरूप ठरवा.
२. ते का महत्त्वाचे आहे ते स्पष्ट करा.
३. अपेक्षांबद्दल सविस्तर सांगा.
४. काम पूर्ण झाल्यावर मूल्यमापन करा.

१. कामाचे नेमके स्वरूप ठरवा

ही पायरी इतकी प्राथमिक आहे की, अनेक नेते या गोष्टीकडे लक्षच देत नाहीत. याउलट ते कामाची वाटणी करून टाकतात आणि लोकांना कशाची गरज आहे, कधी काय केले पाहिजे याबद्दल लोक अंदाज करतील, असे गृहीत धरतात. ज्या नेत्यांना निश्चित स्वरूपात परिणाम घडवायचे असतील, त्यांनी दोन गोष्टी करायची गरज आहे.

- त्यांना नेमके काय हवे आहे हे ठरवण्यासाठी वेळ देणे
- ज्याला कामगिरी दिली आहे, त्या व्यक्तीला विचारणे की, हे काम कसे करता येईल.

अगदी सुरुवातीलाच प्रतिनिधींचे विचार ऐकल्याने त्यांच्या ज्ञानाची आणि समजुतीची पातळी कळते. तसेच त्यामुळे त्यांचा कामातला रस वाढतो, काम पूर्ण करण्याचा निश्चयही वाढतो. यालाच म्हणतात सामर्थ्यवान बनवणे, कारण या मुळे ज्या व्यक्तीला काम करायचे आहे, ती ते काम पूर्णत्वाला नेण्याची आणि यशस्वी करण्याची जबाबदारीही उचलण्यास तयार होते.

२. काम का महत्त्वाचे आहे याचे स्पष्टीकरण

कामाचा हेतू काय आहे हे समजले, तर अनेक जण उत्तम काम करू शकतात.

त्यांना हे बघायचे असते की, त्यांच्या नेहमीच्या कामात हे कसे बसवता येईल आणि ते कितपत महत्त्वाचे आहे.

या माहितीमुळे त्यांना त्यांच्या कामाचे जास्त अर्थपूर्ण वेळापत्रक ठरवता येते, प्राधान्यक्रम ठरवायला मदत होते, तसेच टप्प्याटप्प्याने काम कोणते आणि कसे करायचे, तसेच त्याच प्रकल्पात काम करणाऱ्या त्यांच्या सहकाऱ्यांच्या कामाशी कसे जुळवायचे, हे ठरवता येते. त्यामुळे चुका कमी होतात आणि तेच तेच प्रयत्न होणे टाळता येते.

३. अपेक्षा विस्ताराने सांगा

लोकांना आपल्याकडून काय अपेक्षा आहेत, याबद्दल माहिती हवी असते, नाहीतर त्यांचे काम म्हणजे अंदाजपंचे खेळ होतो. यात आर्थिक मर्यादा, गुणवत्तेचे निकष आणि आवश्यक असणाऱ्या पद्धती किंवा प्रक्रिया यांचा समावेश होतो. प्रतिनिधींना जे काही करायचे आहे, त्याचे स्वातंत्र्य आहे अशा नावाखाली काही नेते प्रतिनिधींना या पद्धतीची माहिती अगदी कमी देतात. तथापि, त्यांचे सहकारी हे काही मनकवडे नसतात. त्यांनी अशा प्रकारचे काम आधी केले नसेल तर त्यांना काय हवे आहे, हे स्पष्टपणे सांगितलेच पाहिजे.

सहकाऱ्यांना अंदाज करायला लावणे, हे देखील प्रेरणेच्या दृष्टीने घातक ठरते, कारण त्यांना आपण नेमके कुठे उभे आहोत, हेच माहीत नसते. ही हातचे राखून ठेवण्याची वृत्ती आहे आणि नकारात्मक नेतृत्वाची वर्तणूक आहे. जरी नेता हा खूपच घाईगर्दीत असेल अथवा खूप ताणतणावाखाली असेल किंवा सहकाऱ्यांच्या

क्षमतेबद्दल त्याला आशावादी विश्वास असेल, तरीही त्याने अपेक्षा काय आहेत, ते विस्ताराने सांगितलेच पाहिजे.

४. काम पूर्ण झाल्यावर त्याचे मूल्यमापन करा

ही पायरी आधीच्या पायरीवर अवलंबून आहे. पूर्ण विस्ताराने सांगितल्या गेलेल्या अपेक्षांमुळे सुस्पष्ट कृतींच्या ध्येयांकडे प्रत्येक जण वाटचाल करू शकतो. काही नेते कामगिरी पूर्ण झाल्यावरच यशाचा निकष लावतात, त्यामुळे नेहमीच अनावश्यकरीत्या मूल्यमापन केले असता नैराश्य पदरी पडते. हे अन्यायकारकही आहे, कारण ध्येयाचा अंदाज करायचा आणि निश्चित यशाची आशा करायची, हे जवळ जवळ अशक्यच आहे.

उपक्रम

- दिवसातल्या अशा एखाद्या घटनेचे वर्णन करा, जेव्हा तुम्ही नेते होता.
- तुम्ही कोणत्या प्रकारचे अधिकार वापरलेत?
- तुम्ही यापेक्षा वेगळ्या प्रकारचे अधिकार वापरू शकला असता का?
- तुम्ही नेतृत्वाची कोणती शैली वापरलीत? त्या निवडीबद्दल तुम्ही खूश होतात का?
- तुमच्या गटाने विकासाचा कोणता टप्पा गाठला आहे, असा तुमचा अंदाज आहे?

सारांश

विश्वामधे सकारात्मक प्रभाव असावा म्हणून उत्तम नेते पदभार सांभाळतात. याचा अर्थ त्यांना अधिकार आणि सत्ता दोन्हीची गरज असते. आजचा कार्यक्रम नेत्यांनी आव्हाने स्वीकारण्याइतपत, तसेच इतर लोकांच्या प्रश्नांना आणि प्रतिक्रियांना तोंड देण्याइतपत आत्मविश्वास दाखवावा, यावर केंद्रित केला आहे.

खालची तपासणीसूची तुम्ही कोणत्या पद्धतीने आता अधिकार वापरलात त्याचे परीक्षण करण्यास वापरा. तसेच या प्रश्नावलीचा उपयोग भविष्यातही तुमच्या अधिकार आणि सत्ता वापरण्याच्या संदर्भात करू शकाल.

१. तुम्ही ज्या पद्धतीने अधिकार आणि सत्ता वापरली त्याबद्दल तुम्हाला चांगले वाटते का?

२. जर त्याचे उत्तर हो असेल, तर ते का? नाही असेल तर का? तुम्ही ते कसे बदलू शकता?

३. तुम्ही विविध प्रकारच्या अधिकारांबद्दल जागरूक आहात का?

४. त्यापैकी एखादा अधिकार तुम्ही इतर अधिकारांच्या मानाने जास्त चांगल्या पद्धतीने वापरू शकता का?

५ तुम्ही तुमच्या नेतृत्वशैलीवर खूश आहात का?

६ तुम्हाला तुमच्या शैलीमधले काय आवडते आणि काय आवडत नाही?

७ तुम्ही तुमच्यात सुधारणा कशी करू शकता?

वास्तव चाचणी (उत्तरे शेवटी आहेत)

१) अधिकार असतो -----
अ आपोआप
ब सत्ता
क घातक
ड धमकी

२) खालीलपैकी कोणता शब्द हा अधिकाराचा प्रकार आहे?
अ तज्ज्ञ
ब हुकूमशहा
क अगतिक
ड निरंकुश

३) सवलती देणारे नेतृत्व चांगले असते जेव्हा ---- लोकांचे नेतृत्व करायचे असते.
अ घाबरलेल्या
ब निर्मितिक्षम
क आळशी
ड सुस्पष्ट

४) सत्ताभिलाषी नेतृत्व ----या काळात उत्तम असते
अ चर्चा
ब कृतिहीन काळ
क वादविवाद
ड संकट

५) अधिकार देण्याच्या प्रक्रियेतील पायरी कोणती?
अ अंदाज करणे
ब जागरूकता
क मूल्यमापन
ड शिकवणे

६) लोकशाही पद्धतीच्या नेत्यांना त्यांचे सहकारी ---- असे असावेसे वाटतात.
अ सामर्थ्यवान
ब आज्ञाधारक
क घाबरलेले
ड शांत

७) करिश्म्याने लाभलेला अधिकार हा---- या शब्दाच्या समान आहे
अ आगाऊ
ब संकट
क राग
ड आकर्षक

८) लोकशाहीवादी नेते लोकांना निराश करतात जे ---- असतात.
अ लक्ष देणारे
ब असहनशील
क वाद घालणारे
ड बुद्धिमान

९) सत्ताभिलाषी नेतृत्व हे ----कडे घेऊन जाते.
अ शांतता
ब स्वातंत्र्य
क कमतरता
ड यश

१०) खालीलपैकी परिस्थितीजन्य नेतृत्वाची कोणती पायरी आहे?
अ शिकवणे
ब तज्ज्ञ
क नेमणूक
ड माहिती

गुरूवार

निर्णय घेणे

निर्णय घेण्यासाठीचे दोन दृष्टिकोन आहेत.
सयुक्तिक (पायरी-पायरीने)
आणि सर्जनशील (अंतर्ज्ञानावर आधारित)
नेते जे दोन्ही प्रकारांनी निर्णय घेऊ शकतात, ते जास्त चांगले निर्णय घेतात.

तथापि, आजचा कार्यक्रम मात्र सयुक्तिक निर्णय घेण्यावर केंद्रित केला गेला आहे. ताणतणावामुळे ज्यांना फटाफट निर्णय घ्यावे लागतात, त्या नेत्यांसाठी हा उपयुक्त आहे. याची मदत नेत्याचे पृथक्करणात्मक कौशल्य विकसित करण्यास तसेच माहितीच्या समुद्राला तोंड देताना स्पष्ट विचार करण्याला भाग पाडण्यास होते. सयुक्तिक निर्णय घेण्यासाठी तीन महत्त्वाच्या विषयांचा विचार केला पाहिजे.

- ✦ प्राधान्य ठरवणे
- ✦ ध्येय निश्चित करणे
- ✦ पायरी-पायरीच्या पद्धतीने निर्णय घेणे

प्राधान्य ठरवणे

नेत्यांना अनेकदा तत्क्षणी निर्णय घ्यावा लागतो आणि त्याच वेळी माहितीच्या जंजाळातून युक्तीने योग्य ते निवडावे लागते. त्यांचे लक्ष दुसरीकडे वेधले जाण्याचाही धोका असतो, जेव्हा त्यांचा निर्णय इतर गोष्टींवरही परिणाम करणार असतो. जेव्हा असे घडते तेव्हा त्यांनी ओळखले पाहिजे की, वेगवेगळे प्रश्न कसे एकमेकात गुंतले आहेत.

म्हणूनच प्राधान्य ठरवणे, हे एक आवश्यक कौशल्य बनते, त्यामुळे शिस्त येते, कारण काही निर्णयांची अत्यंत घाई नसली आणि फारसे महत्त्व नसले, तरी ते लक्ष वेधून घेतात. याउलट काही अत्यंत महत्त्वाच्या गोष्टी असतात, पण त्या दुर्लक्षित राहतात, कारण त्या आकर्षित करून घेत नाहीत अथवा वकिली पद्धतीने आवाज करून त्यांच्याकडे लक्ष वेधून घेत नाहीत. पहिली पायरी असते ती ही की, प्रत्येक प्राधान्य ठरवणाऱ्या गोष्टीच्या दोन बाजू ओळखणे. त्या आहेत, निकड आणि महत्त्व. उदाहरणार्थ, शाळेतल्या मुलांच्या गटाला इमारतीची सफर घडवणे हे व्यवसायाच्या दृष्टीने कमी महत्त्वाचे आहे, पण तेच काम निकड बनते जेव्हा मुले थंडीत बाहेर कुडकुडत आतून बोलावणे यायची वाट पाहत आहेत.

नेत्याचे काम हे आहे की, या दोनही बाजूंचा विचार करणे आणि मग त्यानुसार कृती करणे.

निकडीचे आणि महत्त्वाचे

निर्णयांची या दोन प्रकारांत विभागणी करणे हे कौशल्य आहे, असे कौशल्य की जे चुकतमाकतच विकसित होते. असे कोणतेही सोनेरी नियमावलीचे पुस्तक नाही, जे नेत्याला काय महत्त्वाचे आहे याचे मार्गदर्शन करेल अथवा काय चूक, काय बरोबर अशी उत्तरे देईल. काही काळ गेल्यावर सरावाने नेते निकड आणि महत्त्व यांचे संतुलन राखायला शिकतात.

यात महत्त्वाचे आव्हान तेव्हा असते, जेव्हा काही निर्णय दोन्हीतही बसत नाहीत, तर काही दोन्हीतही बसतात. असे सुद्धा असते की, काही निर्णय हे तातडीचे वाटतात, कारण त्याला वेळेची मर्यादा असते आणि त्याच्या आधारावर भविष्यातले निर्णय अवलंबून असतात. उदाहरणार्थ, एखाद्या संस्थेला इमारतीचा काही भाग वाढवून घ्यायचा आहे. त्यासाठी नगर परिषदेकडे विनंती अर्ज करायचे ठरते. त्यासाठी परिषदेची असलेली वेळेची मर्यादा, यामुळे हे काम तातडीने करावे लागते, जरी प्रत्यक्ष बांधकाम हे पुढच्या वर्षी करण्याचे योजलेले असते.

प्राधान्य ठरवण्याची सुरुवात सध्या निर्णय करायच्या असलेल्या सगळ्या गोष्टींचे परीक्षण करून करावी. याचे उदाहरण म्हणून अशी कल्पना करा की, एक दहा जणांच्या लेखा विभागाचा व्यवस्थापक नजीकच्या काळात घ्यावे लागणारे निर्णय आणि प्रश्न यांचे परीक्षण करत आहे.

त्याची सुरुवात तो एक यादी तयार करून करतो : कार्यालयाची सजावट, सुट्यांचे वेळापत्रक, नवीन उपक्रमाच्या कामाचे वाटप, नवीन आरोग्य विमा योजना, जी कंपनीच्या कर्मचारी विभागाकडून सुचवण्यात आली आहे. या प्रत्येक निर्णयामध्ये अनेक उपप्रश्नांचा समावेश आहे, जे मुख्य निर्णय घेण्यामध्ये योगदान देऊ शकतात.

तथापि, तो व्यवस्थापक निकड आणि महत्त्व याचा विचार केल्याशिवाय प्रत्येक निर्णयाच्या खोलात जाऊ इच्छित नाही. त्याच्याकडे वेळ खूप कमी आहे, त्यामुळे त्याला कालमर्यादा, तसेच कामाचा व्याप किती आहे ते स्पष्टपणे जाणून घ्यायचे आहे, त्यानुसार त्याला रोजचे कामकाज सांभाळून भविष्यातील ध्येयांची पूर्तता करता येईल.

व्यवस्थापकाने सगळ्या निर्णयांची यादी केल्यानंतर, प्रत्येक निर्णय निकड आणि महत्त्व या निकषांवर ताडून पाहता येईल. दुसरी एक यादी बनवावी लागेल ज्यात प्रत्येक महत्त्वाच्या निर्णयाच्या सगळ्या उपप्रश्नांचा समावेश असेल.

कामांची यादी	निकड	महत्त्व
कार्यालयाची सजावट	नाही	नाही
आरोग्य विमा	नाही	हो
सुट्यांचे वेळापत्रक	हो	नाही
नवीन उपक्रमाचे कामवाटप	हो	हो

वर दाखवलेल्या यादीनुसार व्यवस्थापकाला असा विश्वास वाटेल की, कार्यालयाची सजावट ही व्यवसायाच्या दृष्टीने निकडीची गोष्ट नाही आणि महत्त्वाचीही नाही. जरी त्यासाठीची आर्थिक तरतूद केली गेली आहे, रंग, साधनसामग्री यावर पुरेशी चर्चा झाली आहे, ३३ मैलांवर असणाऱ्या त्यांच्या मुख्य कार्यालयामधून त्याचा आराखडाही पाठवण्यात आला आहे.

कर्मचारी वर्ग उत्साही आहे, पण कचेरी जशी आहे त्यात ते आनंदी आहेत. हा या खात्याचा अत्यंत कामाचा काळ आहे आणि प्रत्येकाला कामाचा प्रचंड ताण आहे. ज्याच्याकडे या सगळ्या कामाची जबाबदारी सोपवली आहे, त्या व्यक्तीला सध्याच्या याबाबतच्या प्रगतीच्या परिस्थितीचा आढावा घेण्यासाठी एक छोटा ई-मेल यापुढचा मुद्दा म्हणजे सुटीचे वेळापत्रक, हे नजीकच्या काळासाठी निकडीचे आहे, कारण लोकांना सुटीसाठी कुटुंबासमवेत योजना आखायच्या असतात. प्रत्येकाला योग्य तेवढ्या सुट्या मिळाल्या, तरच ते वेळापत्रक महत्त्वाचे ठरते. तो प्रत्येकाला एक ई-मेल पाठवायचा ठरवतो, ज्यात कळवतो, सुटीचे वेळापत्रक हे सही करून कार्यालयाच्या सूचना फलकावर लावत आहे.

खात्याच्या यशाच्या दृष्टीने नवीन उपक्रमासाठी कर्मचाऱ्यांची नियुक्ती करणे, हे काम निकडीचे आणि महत्त्वाचे दोन्ही आहे. हे काम निकडीचे अशासाठी आहे की, नुकतेच कितीतरी उपक्रम संपलेले आहेत. नवीन कामगिरी लगेच सोपवणे गरजेचे आहे की, ज्यामुळे लोकांना त्यासाठीची तयारी करता येईल आणि सुरळीतपणे नवे काम सुरू करता येईल.

हे अशासाठी महत्त्वाचे आहे की, कौशल्यपूर्ण पद्धतीने योग्य माणसाकडे योग्य काम सोपवले की, त्याचा परिणाम थेट खात्याच्या निर्मितिक्षमतेवर होतो, आणि त्यामुळेच सर्वसाधारण आर्थिक अंदाजपत्रकावर होतो. जेव्हा प्रत्येक उपक्रम संपतो, व्यवस्थापकाला प्रत्येक व्यक्तीशी प्रत्यक्ष भेटायला आवडते. त्यामुळे त्याला प्रत्येकाकडून या उपक्रमात चांगले-वाईट काय होते आणि त्यातून ते काय शिकले ते विचारण्याची

संधी प्राप्त होते. या भेटीदरम्यान तो मुद्देसूद सारांश लिहून घेतो, ज्याचा त्याला वार्षिक अहवाल लिहिताना संदर्भ म्हणून उपयोग होतो आणि प्रशिक्षणाचे पुढचे निर्णय घ्यायला मदत होते.

आरोग्यविम्याचा निर्णय मात्र अजून घेतला गेलेला नाही, सगळ्या कर्मचाऱ्यांना सगळी माहिती महिन्यापूर्वीच मिळाली आहे. तथापि, ती प्रत्येकाने आत्तापर्यंत वाचली असण्याची शक्यताही नाही. त्यांनी ती वाचलीच पाहिजे, कारण त्यांच्या निर्णयामुळे ते एका आरोग्यविम्याच्या योजनेत प्रदीर्घ काळ अडकतील. व्यवस्थापक प्रत्येकाला याची आठवण करून देणारा ई-मेल पाठवायचे ठरवतो, ज्यात तो त्याला आवडणारा डॉक्टर चुकीच्या रुग्णाला तपासतो, हा विनोदही पाठवायचा ठरवतो.

उपक्रम

१. तुम्हाला आत्ताच्या आत्ता जे निर्णय घ्यावे लागणार आहेत, त्याची यादी बनवा.
२. मुख्य निर्णय कोणते आणि मुख्य निर्णयासाठी योगदान देणारे उपप्रश्न कोणते, ते ओळखा.
३. मुख्य निर्णयाला तारांकित करा आणि बाकीचे उपप्रश्न प्रत्येक मुख्य निर्णयाच्या मथळयाच्या गटात घाला.
४. यानंतर यादीमध्ये लिहिलेल्या गोष्टींपुढे दोन भाग वाढवा, त्याला निकडीचे आणि महत्त्वाचे अशी नावे द्या.

५. प्रत्येक गोष्टीची त्यात विभागणी करा.
६. कागदावर एक कालरेषा आखा, ज्या गोष्टींची फारशी तातडी नाही त्या खाली लिहा आणि ज्या अत्यंत तातडीच्या आहेत, त्यावर लिहा.
७. उरलेल्या गोष्टी त्या रेषेवर लिहा, ज्याला काही कालमर्यादा नाही. ज्याला कालमर्यादा आहे अशा गोष्टीत त्या कुठे बसवता येतील याचा अंदाज घ्या.
८. शेवटी ज्या गोष्टी निकडीच्याही नाहीत आणि महत्त्वाच्याही नाहीत, त्यांना इतर गोष्टींमध्ये कुठे जागा देता येईल, याचा विचार करा.

वेळेची रेषा आखल्याने (उपक्रमातील सहावा क्रमांक) काम सुरू होते, पण यादीमधल्या प्रत्येक निर्णयाला पुढच्या बारीकसारीक सुधारणा करायची गरज असते. याचे उदाहरणच जर द्यायचे झाले तर कार्यालयाची सजावट या गोष्टीचा अर्थ अनेक प्रकारांनी लावता येतो.

काहींसाठी यात अनेक इतर गोष्टी समाविष्ट असतील. रंगसंगती निवडणे, भिंती रंगवून घेणे, नवीन फर्निचर आणणे, आराखडा तयार करणे. आणखी काही लोकांसाठी नवीन कॉम्प्युटर सिस्टम बसवण्यासाठी जमीन उखडणे, हेही त्यातले एक काम असू शकते. त्यामुळे उपक्रमाच्या १ आणि २मध्ये स्पष्टीकरण गरजेचे आहे.

ध्येय निश्चित करणे

ध्येयाबद्दलची गैरसमजूत उपक्रमाच्या सुरुवातीलाच त्याचे तुकडे तुकडे करून टाकते. कार्यालयाच्या सजावटीचे उदाहरण घेऊ. गटातल्या ज्या लोकांना वाटत असेल की, ध्येय हे आहे की कार्यालयाच्या पर्यावरणात सुधारणा हवी आहे, ते त्या पद्धतीने कल्पना सुचवतील. पण ज्यांना ध्येय हे नवीन कॉम्प्युटर सिस्टम बसवणे हे आहे, असे वाटत असेल त्यांना त्यांच्या कल्पना समजणारही नाहीत आणि आवडणारही नाहीत. मग अनेक वादविवाद होतील, वेडवाकडे बोलले जाईल, जोपर्यंत त्यांना हे कळणार नाही की निर्णयाच्या एका ध्येयाचे आपण वेगळ्या पद्धतीने अर्थ लावले आहेत.

कुठल्याही निर्णयाची यशस्वी निष्पत्ती ही ध्येयाच्या सुस्पष्ट आखणीतूनच सुरू होते. नेमके काय करायला हवे आहे, हे सगळ्यांनी एकत्रित समजून घेतले नाही तर वेळ वाया जातो. याउलट, जेव्हा ध्येय स्पष्टपणे माहीत असेल, तेव्हा ते गाठण्यासाठीची कृती जास्त कार्यक्षमतेने केली जाते.

ध्येय म्हणजे यश मिळवण्याचे वास्तविक लक्ष्य असते. निर्णय घेताना शेवटी नेमके काय अभिप्रेत आहे आणि निर्णय यशस्वी होण्यासाठी कशाची आवश्यकता आहे, त्याचे ते स्पष्टीकरण असते.

ध्येय ठरवण्याच्या प्रक्रियेमुळे निर्णय घेणाऱ्यांना निर्णयाची अंतिम निष्पत्ती काय हवी आहे, याबाबत पूर्णतः चर्चा करायला मदत करते. एक सर्वमान्य ध्येय मनात ठेवून ते साध्य करण्यासाठीचा कृतिक्रम ते ठरवू शकतात.

निर्णय घेणाऱ्यांना ध्येय एक परिमाण देते, ज्यामुळे ते आपले इतर पर्यायांचे त्याच्या तुलनेत मूल्यमापन करू शकतात. ते त्यांच्या कृतिक्रमातही सुधारणा करू शकतात, ज्यामुळे ते उत्तम पद्धतीने ध्येय साध्य करू शकतील.

ध्येयाची व्याख्या करणे

खाली तीन व्यावसायिक परिस्थिती दिल्या आहेत, जिथे निर्णय घेण्याची आवश्यकता आहे. त्यातील प्रत्येक ध्येयवाक्य कसे असावे, याचे उत्तम उदाहरण आहे.

१. कंपनीची प्रतिमा उंचावणे
२. ग्राहकांच्या तक्रारी २० टक्क्यांनी कमी करणे
३. कंपनीच्या मुख्यालयाला जोडलेली दोन एकर जमीन विकत घेणे

यातले पहिले ध्येयवाक्य अगदी सर्वसाधारण आहे, आणि निर्णय घेण्याच्या सत्राच्या सुरुवातीसाठी उपयुक्त आहे. यात शेवटी काय हवे आहे, हे साधारणपणे सांगितले आहे, ज्यामुळे लोकांना वेगवेगळे पर्याय मांडायची संधी प्राप्त होते. या पर्यायातून विशिष्ट उपायही सापडू शकतात, ज्यावर पुढे चर्चा करता येते.

या चर्चेतून प्रत्येक जण कंपनीची प्रतिमा उंचावणे, या कल्पनेचा कसा कसा अर्थ लावतो हे समजण्यास मदत होते. त्याचा परिणाम म्हणून ते नेमकेपणाने वादविवादातील नेमक्या मुद्द्यांवर लक्ष केंद्रित करू शकतात. उदाहरणार्थ, त्यांनी काही पर्याय निर्माण केले असतील, ज्यात खालील गोष्टींचा समावेश असेल :

- मॅरेथॉन अथवा एखाद्या क्रीडास्पर्धेचे प्रायोजकत्व घेणे
- राष्ट्रीय वर्तमानपत्रात जाहिरात देणे
- समाजसेवी उपक्रम करून त्याची बातमी वर्तमानपत्रात छापून आणणे
- कंपनीच्या अधिकाऱ्यांनी स्थानिक शालेय समितीचे सदस्यत्व घेणे
- विविध अधिवेशनांत कंपनीच्या अधिकाऱ्यांना बोलण्याची संधी देणे, त्यांचे विचार प्रसिद्धीमाध्यमांकडे पाठवणे
- व्यावसायिक नेटवर्कचे सदस्यत्व घेणे

या सहा वेगळ्या पर्यायांमुळे हे सहजच कळते की, कंपनीची प्रतिमा उंचावण्याच्या बाबतीत निर्णय घेणाऱ्यांच्या वेगवेगळ्या कल्पना आहेत. त्यामुळे निर्णय घेण्याआधी नेमके काय करावे अशी अपेक्षा आहे, हे स्पष्ट करणे गरजेचे आहे. उदाहरणार्थ, ही प्रतिमा राष्ट्रीय पातळीवर उंचवायची आहे की स्थानिक? या उत्तरांमुळे दुसऱ्या सत्रातील पुढची चर्चा नेमकेपणाने होते.

दुसरे ध्येयवाक्य, ग्राहकांच्या तक्रारी २० टक्क्यांनी कमी करणे, हे जास्त नेमकेपणाचे आहे. त्यात कमी करण्याचे मोजमाप अगदी नेमकेपणाने दिले आहे. त्यामुळे कुठलाही पर्याय जो हे करण्यास पुरा पडत नाही, तो ताबडतोब वगळला जातो.

जेव्हा ध्येयात एखादे निश्चित परिमाण अथवा नेमका तपशील असतो, तेव्हा त्यासाठी चांगले व्यावसायिक कारण असावे लागते. तपशील जेव्हा वास्तव आणि माहितीवर आधारित असतो, तेव्हाच तो ध्येयाची किंमत आणखी वाढवतो.

तिसरे ध्येयवाक्य अगदीच निश्चित स्वरूपाचे आहे. कुठलाही पर्याय जो याच्या सर्व अटींची पूर्तता करू शकतो, त्यापुरतेच हे मर्यादित आहे. या पद्धतीचे ध्येय उपयुक्त ठरते, जेव्हा निर्णय घेणाऱ्यांना आधीच काय करायची गरज आहे, हे माहीत असते. यात ध्येय काय असावे, हे ठरवण्यापेक्षा त्यांचे काम ते कसे साध्य करता येईल, याबाबत कल्पना निर्माण करणे हे असते.

प्रक्रियेतले टप्पे

गेल्या भागातील तीन उदाहरणे हे दाखवून देतात की, ध्येये निर्णय घेण्याच्या विविध टप्प्यांत कशी मदत करतात. उदाहरणार्थ, अगदी सुरुवातीला सर्वसाधारण ध्येयवाक्य हे उपयुक्त ठरते. यात विविध पर्यायांना निमंत्रण मिळते, ज्यामुळे निर्णय घेणाऱ्याला काय करण्याची गरज आहे, हे स्पष्ट होण्यास मदत होते.

दुसऱ्या पद्धतीचे ध्येयवाक्य हे नेहमी एखाद्या समितीला किंवा उपक्रमातील सदस्यांना अधिकारी ते पूर्ण करण्याच्या सक्तीसह देतात. तथापि, त्यालाही नेहमी पुढचे स्पष्टीकरण आवश्यक ठरते. उदाहरणार्थ, ग्राहकांच्या तक्रारी याचा संदर्भ कशाशी घ्यायचा? ग्राहकसेवा विभागातल्या ग्राहकांच्या तक्रारी किंवा ब्लॉग्ज, ऑनलाइन परीक्षण करणाऱ्या साइट्स, सोशल नेटवर्किंग साइट्स की फक्त विकल्यावर ग्राहकांकडून परत आलेल्या वस्तू. विशेषत: हे ध्येयवाक्य जेव्हा बदलता न येणारे, तयार करूनच निर्णय घेणाऱ्यांच्या हातात सोपवले जाते, तेव्हा त्याचा नेमका अर्थ काय हे माहीत होणे उत्तम ठरते.

तिसऱ्या पद्धतीचे ध्येयवाक्य हे नेहमी खूप चर्चा करून, व्यूह रचून खूप मेहनत करून किंमत, कालावधी आणि कायदेशीर बाबींचा विचार करून तयार होते. तथापि, हे ध्येय समजल्यावर निर्णय घेणाऱ्यांना असाही शोध लागू शकतो की, ते गाठणे अशक्यप्राय आहे. उदाहरणार्थ, जमिनीचा मालक ती विकणे नाकारू शकतो, अथवा त्याची किंमत खूपच जास्त असू शकते.

निर्णय घेणाऱ्यांनी त्या वेळी स्वत:ला विचारायला पाहिजे की, त्यांना तोच जमिनीचा तुकडा का हवा आहे? आणि दुसरे असे काही आहे का की, ज्यामुळे तो जमिनीचा तुकडा विकत न घेता तोच फायदा होईल. यातून आत्तापर्यंत ज्यांचा विचार झाला नाही, अशा अनेक नवीन पर्यायांना मार्ग खुला होतो.

पायरी-पायरीच्या पद्धतीने निर्णय घेणे

निर्णय घेण्यात धोके असतात आणि सगळ्यात मोठा धोका असतो, तो म्हणजे चुकीची निवड करणे. निर्णय घेणारे पायरी-पायरीच्या पद्धतीने निर्णय घेऊन हा धोका टाळू शकतात. या पायऱ्या आहेत :

१. निर्णयासाठी ध्येयवाक्य लिहिणे
२. जेवढी म्हणून शक्य आहे तेवढी माहिती गोळा करणे
३. ध्येय गाठण्यासाठी विविध पर्यायांची निर्मिती करणे
४. त्या पर्यायांमधून वेगळे अर्थ निघू शकतात का, हे विचारणे
५. जर असतील, तर ध्येयवाक्याची पुनर्रचना करणे आणि तिसऱ्या पायरीची पुनरावृत्ती करणे
६. जेव्हा ध्येय निश्चित काय मिळवायचे याचे अचूक वर्णन करते, तेव्हा कमीत कमी तीन पर्यायांचा विचार करा, ज्याच्या साहाय्याने ध्येय गाठता येईल.
७. त्या पर्यायांचा तुलनात्मक तक्ता आणि खाली वर्णन केलेल्या पद्धतीने परीक्षण करा.
८. जो पर्याय सर्वश्रेष्ठ ठरेल तो कृतीत उतरवा.

पर्यायांचे परीक्षण

प्रत्येक निर्णय हा अनेक प्रकारे घेता येतो, म्हणूनच निरनिराळे पर्याय निर्माण केले जातात. तथापि, जेव्हा वेगवेगळे आकर्षक पर्याय असतात, तेव्हा प्रत्येक पर्याय हा ध्येयाचा आत्मा गवसण्यास किती पात्र आहे हे शोधणे उपयुक्त ठरते. ही पात्रता ध्येयवाक्य निर्माण केल्यावर लगेचच ठरवावी लागते.

या पात्रतेच्या दोन गरजा आहेत, प्राथमिक गरजा आणि दुय्यम गरजा. प्राथमिक गरजांचे वैशिष्ट्य असे की, ध्येय गाठायचे असेल तर त्या भागवाव्याच लागतात. दुय्यम गरजा ध्येय गाठायला मदत करतात, पण त्या तितक्या महत्त्वाच्या नसतात.

प्राथमिक आणि दुय्यम गरजांमधला फरक म्हणजे प्राथमिक गरजा भागवता न येणे म्हणजे ध्येयाचा पराभव होणे. प्राथमिक गरजा पूर्णत: भागवाव्याच लागतात, नाहीतर त्या संकल्प मोडतात. याउलट, दुय्यम गरजा भागवल्या गेल्या नाहीत, तर त्याचा अर्थ फक्त असा की, निर्णय तितकासा योग्य झाला नाही, पण ध्येय गाठता आले.

सुटी कशी घालवायची याचा निर्णय करण्यावरून ही प्रक्रिया समजावता येईल. या उदाहरणात एका जोडप्याने सुटी घालवण्यासाठी खर्चाची मर्यादा, कालावधी आणि प्रवासाची पद्धत ठरवली आहे. हा सुटी घालवण्याच्या प्राथमिक गरजांचा पाया आहे. यापैक एक जरी प्राथमिक गरज भागवता आली नाही तर याचा अर्थ सुटीची मजा घेता येणार नाही. या तीन प्राथमिक गरजा आहेत :

- प्रवासाला लागणारा वेळ कमी हवा- फक्त एक कामाचा आठवडा उपलब्ध आहे.
- दोन हजार पौंड हे दोघांसाठीचा जास्तीत जास्त अंदाजे खर्च आहे.
- उबदार आणि सूर्यप्रकाश असलेले हवामान- एका व्यक्तीला आजारातून बरे होण्यासाठी सूर्यप्रकाशाची गरज आहे.

या व्यतिरिक्त या जोडप्याच्या आणखी काही दुय्यम गरजा आहेत. हे त्यांच्यासाठी महत्त्वाचे आहे, पण प्राथमिक गरजांइतके नाही.

- रिसॉर्ट समुद्रकिनाऱ्याच्या जवळ असावे, ज्यामुळे कमी चालावे लागेल.
- प्रवास आणि हॉटेलसाठी एकत्रित सवलत असावी.
- ते स्थळ तिशीच्या आतल्या लोकांत लोकप्रिय असावे.
- हॉटेलपर्यंत सुखाने प्रवास करता यावा.
- चलनाचा विनिमय दर स्थिर असावा.
- त्यांच्या देशाची भाषा तिथे सगळ्यांना येत असावी.
- निसर्गरम्य स्थळांचे दर्शन आणि रात्रीच्या राहण्यात रंगत असावी.

या जोडप्याकडे नेटवरची माहिती आणि काही पत्रके आहेत, ज्याची संख्या कमीत कमी वीस आहे. त्यांच्या ध्येयवाक्याच्या मदतीने ते धाडसी खेळ, शैक्षणिक सहल, रुचकर, महाग जेवण आणि वाईट हवामान असणाऱ्या जागा टाळू शकले. त्यांनी नंतर तीन जागांची यादी तुलनात्मक तक्त्यात बनवली. खाली तो नमुना देत आहोत.

ध्येयवाक्य- (आवश्यकता आणि निष्पत्ती)

प्राथमिक गरजा	**अ फ्लोरिडा वर्ल्ड**	**ब ला प्लेग स्प्लेंडिड**	**क कोस्टा फॅबूला**
प्रवासाचा कमी कालावधी	२ दिवस	१ दिवस	१.५ दिवस
जास्तीत जास्त २००० पौंड खर्च	२५०० पौंड	१९५०पौंड	१८००पौंड
उबदार हवामान, सूर्यप्रकाश	--	आहे	आहे

मग त्यांनी त्यांच्या कमी केलेल्या यादीतले रिसॉर्ट्स त्यांच्या प्राथमिक गरजांहित ताडून पाहिले. दोघांना फ्लोरिडा वर्ल्डला जायचे होते, पण सुटीचा कालावधी मर्यादित होता. तिथे जाण्यासाठी प्रवासात त्यांचा संपूर्ण दिवस गेला असता- शनिवारी पहाटे उठून तिथून प्रमुख विमानतळावर जायचे आणि संध्याकाळी उशिरा फ्लोरिडाला पोहोचायचे, शिवाय परत येताना तेवढाच प्रवास परत करायचा. पण त्यांना तिथे जायची कल्पना खरेच आवडली होती, म्हणून त्यांनी त्या रकान्यात दोन दिवस असे लिहिले. पुढची प्रथमिक गरज होती खर्चाची.

फ्लोरिडा वर्ल्डमुळे त्यांचा खर्च ५००पौंडांनी वाढणार होता, आणि तो खूपच होता. म्हणून त्यांनी तटस्थपणे ठरवले की, हा पर्याय आपण काढून टाकू. याचा अर्थ फ्लोरिडा वर्ल्डने आता इतर प्राथमिक गरजा किंवा दुय्यम गरजा पूर्ण केल्या, तरी ते आता विचार करण्याच्या कक्षेच्या बाहेर गेले.

...किंवा हा नेहमीचा पर्याय
नं ४- स्वच्छ सूर्यप्रकाश
आणि वाढलेले झाड

यावरून असे दिसते की, पर्याय एक जरी प्राथमिक गरज पुरवण्यास कमी पडला, तरी तो पर्याय म्हणून राहात नाही. मग त्या जोडप्याने फ्रान्समधील ला प्लेग

स्प्लेंडिड आणि स्पेनमधील कोस्टा फॅबूला या ठिकाणांचा विचार करण्यास सुरुवात केली. त्यांना लागणारा प्रवासाचा वेळ जास्त नव्हता. त्या फ्रेंच रिसॉर्टला ते एका छोट्या विमानाने जाऊ शकत होते, जे त्यांच्या घराच्या अगदी जवळ होते आणि प्रवास फक्त एका तासाचा होता. तिथे जाऊन-येऊन लागणारा वेळ एका दिवसाचा होता. कोस्टा फॅबूला हे स्पॅनिश विमानतळाच्या थोडे पुढे होते, पण ते समुद्र किनाऱ्यावर त्याच दिवशी दुपारी उशिरापर्यंत पोहोचू शकत होते, ज्या दिवशी ते प्रस्थान करणार होते.

दोन्ही पर्याय त्यांच्या खर्चाच्या अंदाजातही बसत होते, शिवाय त्यांना हवे असलेले हवामान आणि सूर्यप्रकाशही दोन्हीकडे मिळत होते. हे दोन्ही पर्याय त्यांच्या प्राथमिक गरजा भागवत होते, म्हणून ते जोडपे आता दुय्यम गरजांच्या यादीनुसार परीक्षण करू शकत होते. त्यासाठी त्यांनी दुसरा तुलनात्मक तक्ता बनवला. दुय्यम गरजांची यादी केल्यावर त्यांनी त्यातल्या प्रत्येक पर्यायाला १ ते १० गुण त्याच्या पात्रतेनुसार दिले. गुणांकनाची ही पद्धत व्यक्तिगत आहे, आणि ते जोडपे प्रत्येक पर्याय किती पात्रतेचा आहे याचा अंदाज कसा बांधेल, यावर आधारभूत आहे.

जेवढे गुण जास्त तेवढा तो पर्याय पात्रता पूर्ण करणारा आहे. उदाहरणार्थ, फ्रेंच रिसॉर्टमधला समुद्रकिनारा हा खासगी आहे. तिथे किनाऱ्यावरच स्वतंत्र छोट्या खोल्या, शॉवर्स, कपडे बदलण्यासाठी वेगळ्या खोल्या आहेत. कोस्टा फॅबूलाचा समुद्र हा रस्त्याच्या बाजूला आहे, जिथे किनाऱ्याचा अरुंद पट्टा आहे. त्यामुळे त्यांनी ला प्लेग स्प्लेंडिडला सुयोग्य म्हणून १० आणि कोस्टा फॅबूलाला ६ गुण दिले.

दुय्यम गरजा	**ब ला प्लेग स्प्लेंडिड**	**क कोस्टा फॅबूला**
किनाऱ्यावर असणारे रिसोर्ट	१०	६
प्रवास हॉटेल एकत्रित सवलत	१०	७
समवयस्कांमध्ये स्थळाची लोकप्रियता	९	८
हॉटेलपर्यंत सुखकारक प्रवास	१०	६
स्थिर विनिमय दर	७	७
स्थानिक भाषेचा सर्वत्र वापर	६	८
निसर्गरम्य स्थळे,रात्रीची रंगत	९	६
एकूण	**६१**	**४८**

स्प्लेंडिडचा प्रवास हा फॅबूलाच्या प्रवासापेक्षा सोपा असल्याने त्या जोडप्याने त्याचे त्याप्रमाणे गुणांकन केले. दोन्हीही स्थळे त्यांच्या वयोगटाला आवडतील अशीच आहेत, पण स्प्लेंडिडला जास्त गुण मिळाले, कारण कोस्टा फॅबूलाला जास्त तरुण लोकांचा ओढा आहे.

युरोपमध्ये विनिमय दर हा सर्वसाधारणपणे स्थिर आहे, त्यामुळे त्यासाठी दोन्हाना समान गुण मिळाले. स्पॅनिश रिसॉर्टचे वैशिष्ट्य हे की, तिथे दहा भाषा बोलल्या जातात, तर फ्रेंच हॉटेलमधले लोक म्हणाले की, तिथल्या कर्मचाऱ्यांना इंग्लिश येते, पण ते फ्रेंच बोलण्याला जास्त प्राधान्य देतात. तथापि, फ्रेंच रिसॉर्टला उत्तम निसर्गरम्य परिसर बघता येईल, पण त्या स्पॅनिश स्थळाकडे फक्त नाइट क्लबची सुविधा होती.

एकुणात स्प्लेंडिडचे गुण हे फॅबूलाच्या गुणांपेक्षा जास्त झाले आणि ते सरळ सरळ विजयी झाले. तथापि, या टप्प्यात आपल्याला जे महत्त्वाचे वाटत आहे, त्यानुसार आपण गुणांकन केले आहे की नाही, हे पडताळून पाहू शकते. जर एखादी अजून दुय्यम गरज निर्माण झाली, तर ते स्प्लेंडीडचा प्रवास हा फॅबूलाला जाण्याचाही विचार करू शकतात.

फक्त ते काय करू शकत नाहीत की फ्लोरिडा वर्ल्डचा पुन्हा विचार करू शकत नाहीत. एकदा का तो पर्याय भागवू शकला नाही, की तो बाहेरच फेकला जातो. फक्त निर्णय घेणाऱ्यांची प्राथमिक गरज बदलली अथवा काढून टाकली तरच तो तुलमात्मक तक्त्यात परत येऊ शकतो. याचा अर्थ असा की, जी गरज बदलली ती तेवढी महत्त्वाची नव्हती आणि तिची प्राथमिक गरजांच्या यादीत नोंद करण्याची आवश्यकता नव्हती.

ही निर्णय घेण्याची पद्धत लोकांना माहितीच्या आधारावर पद्धतशीरपणे निवड करण्यास भाग पाडते, त्यामुळे जे पर्याय अवास्तव आहेत किंवा अयोग्य आहेत त्यांचा परत परत विचार करत बसणे, घोटाळत राहणे टाळता येते.

उपक्रम

- आज घेतलेल्या एखाद्या निर्णयावर विचार करा.
- त्याचे एक-दोन वाक्यांत वर्णन करा.
- तुम्हाला प्राधान्यक्रम ठरवण्याची समज आहे का?
- जर असेल, तर ते तुम्हाला कसे माहीत आहे?
- तुम्ही तातडीने करायला लागणारी गोष्ट आणि नंतर केली तरी

चालणारी गोष्ट, यात फरक कसा करता?

- तुम्हाला काही ध्येय आहे का किंवा निर्णय घेण्यामधून तुम्हाला नेमके काय मिळवायचे आहे, हे तुम्हाला माहीत आहे का?
- जर तुम्हाला तोच निर्णय दुसऱ्या वेळी घ्यायला लागला, तर तुम्ही काय वेगळे कराल?

सारांश

ताबडतोब निर्णय घेता येणे आणि त्याची अंमलबजावणी करणे ही नेतृत्वाची महत्त्वाची कौशल्ये आहेत. त्यासाठी प्राधान्यक्रम ठरवणे आणि ध्येय निश्चित करण्याची गरज असते. तथापि, निर्णयक्षमता विकसित करणे म्हणजे प्रत्यक्षात अनेक मोठमोठे निर्णय घेणे आणि त्यांचे मूल्यमापन करणे.

खाली तपासणीसूची दिली आहे, त्यामुळे निर्णय घेण्याच्या वर्तणुकीचे सातत्याने परीक्षण करता येईल.

१. गेल्या आठवड्यात तुम्ही घेतलेल्या निर्णयांचा विचार करा. त्यात तुम्ही प्राधान्यक्रम ठरवला होता का? तुमच्या प्राधान्यक्रम देण्याच्या कौशल्याला तुम्ही १ ते १० गुणांकन करा. (१ = कमी, १० = जास्त गुण)

२. तुम्ही पायरी-पायरीने विचार करायची पद्धत अवलंबली का? तुम्ही तुमच्या या पद्धतीच्या वापराचे १ ते १० गुणांकन करा. (१ = कमी, १० = जास्त गुण)

३. तुमच्या प्राथमिक गरजा ओळखायच्या क्षमतेचे गुणांकन करा. (१ = कमी, १० = जास्त गुण)

४. तुमच्या दुय्यम गरजा ओळखायच्या क्षमतेचे गुणांकन करा. (१ = कमी, १० = जास्त गुण)

५. एकूणच तुम्ही तुमची निर्णयक्षमता विकसित करण्यास काय कराल?

वास्तव चाचणी (उत्तरे शेवटी दिली आहेत)

१) प्रधान्यामध्ये निकड आणि---- चा समावेश होतो.
अ महत्त्व
ब मर्यादा
क कालमर्यादा
ड आव्हान

२) खालीलपैकी काय ध्येयाचे वर्णन करते?
अ प्राथमिक
ब लक्ष्य
क वेळ
ड निकड

३) खालीलपैकी काय पायरी पायरीच्या पद्धतीचा भाग आहे?
अ अंतर्ज्ञान
ब वाट पाहणे
क सहनशीलता
ड पर्याय

४) प्राथमिक गरजा या ---- असतात.
अ निश्चित
ब प्रमाणित
क तातडीच्या
ड जास्त कालावधीसाठी

५) दुय्यम गरजा या ----असतात.
अ निश्चित
ब परिपूर्ण
क साहाय्यक
ड महाग

६) कालरेषेमुळे -----चे व्यवस्थापन करण्यास मदत होते.
अ लोक
ब कालमर्यादा
क पैसे
ड उपप्रश्न

७) ध्येयामुळे निर्णय घेणाऱ्यांना काय करणे गरजेचे आहे हे -----साठी मदत होते.
अ पुढे ढकलणे
ब आश्चर्य करणे
क लपणे
ड ओळखणे

८) पर्याय -----असणे गरजेचे असते.
अ कमी कालवधीकरता
ब गंमतशीर
क परीक्षण केलेले
ड तातडीचे

९) दुय्यम गरजांनी दिलेले गुण हे--- असतात.
अ व्यक्तिगत
ब प्राधान्य
क निर्णय
ड प्राथमिक

१०) ----ठरवणे नेत्यांना त्यांचे निर्णय घेण्यास मार्गदर्शक ठरते.
अ वेळ
ब संकटे
क प्राधान्य
ड आज्ञा

प्रकरण ४

जोडणे आणि सांगड घालणे

जोडणे आणि सांगड घालणे ही विसाव्या शतकातील कौशल्ये आहेत. ती तंत्रज्ञानामुळे निर्माण झाली आहेत आणि वाढत्या प्रमाणात व्यावसायिक आणि सामाजिक नात्यांचा आरंभबिंदू बनली आहेत. नेत्यांना तंत्रज्ञानाची समज असणे गरजेचे आहे; तसेच त्याचा वापर करण्याचे ज्ञानही, ज्यामुळे मित्र, सहकारी आणि संबंधितांचे जाळे निर्माण करता येते.

पूर्वीच्या काळी उंच शिखरावरच्या एकटेपणाने नेते धोक्यात आलेले आहेत, कारण त्यांची सत्ता आणि प्रतिष्ठा यांची लोकांना दहशत बसू शकते. नेते हळूहळू खरे बोलणाऱ्या आणि त्यांच्या दृष्टिकोनातून आव्हान देणाऱ्या लोकांपासून तुटले जातात. आता सोशल नेटवर्किंगमुळे तसेच मोठ्या प्रमाणावर उपलब्ध असलेल्या इंटरनेटमुळे नेते आपल्या अनुयायांशी थेट संपर्क करू शकतात. असे तीन विषय आहेत, जे लोकांना जोडण्यासाठी नेत्यांना मदत करू शकतात.

- ✦ छोट्या जगात राहणे
- ✦ विश्वास संपादन करणे
- ✦ दुरून नेतृत्व करणे

छोट्या जगात राहणे

कल्पना करा की, तुमच्या मित्राच्या कमीत कमी तीन संपर्कातील व्यक्त असतील की ज्यांना तुम्ही ओळखत नाही. पुन्हा त्या तीन जणांच्या संपर्कातल्या अशा तीन व्यक्त असतील की, ज्यांना तुम्ही ओळखत नाही. याचा अर्थ असा की, कमीत कमी बारा जण असे आहेत की ज्यांना तुम्ही ओळखत नाही, पण एका मित्राद्वारे तुम्ही त्यांना जोडले जाऊ शकता. हे होऊ घातलेले संपर्काचे जाळे अदृश्य असते, पण ते वास्ववात असते, जे नेत्यांना त्यांच्या अनुयायांशी जोडायला मदत करते.

मायक्रोसॉफ्टचे संशोधन

काही वर्षांपूर्वी कॉम्प्युटर शास्त्रज्ञांना मायक्रोसॉफ्टच्या संशोधनाकरता अशी माहिती हवी होती की, जगात एकत्र जोडलेले लोक किती आहेत? मायक्रोसॉफ्ट कंपनीचे स्वत:चे मायक्रोसॉफ्ट मेसेंजर असल्याने त्यांचे ग्राहक जे इंस्टंट मेसेजेस पाठवायचे त्याचा अभ्यास करणे त्यांना शक्य झाले. इन्स्टंट मेसेज म्हणजे लेखी मेसेज– तो इंटरनेटवर 'लाइव्ह' पाठवता येतो. या सेवेत लोक लेखी उत्तर त्वरित पाठवू शकतात, तसेच एकमेकांनाही त्याच वेळी संदेश पाठवू शकतात.

या शास्त्रज्ञांनी एका महिन्याच्या संवादाचे पृथक्करण केले, ज्यात २४० दशलक्ष लोकांनी एकमेकात पाठवलेल्या ३० महापद्म (बिलियन) संदेशांचा समावेश होता. अर्थातच ते २४० दशलक्ष लोक एकमेकांना ओळखत नव्हते. तथापि, त्या शास्त्रज्ञांना अशी माहिती हवी होती की, या सगळ्या अनोळखी लोकांत मिळून अंदाजे किती संपर्काचे जाळे जोडावे लागत होते? ते मनात असा विचार करत होते की, मॉस्कोमधला एखादा मित्राचा मित्र म्हणून भारतातील एखाद्या व्यक्तीशी जोडला गेला असेल, पण त्याला ते माहीतही नसेल.

उदाहरणार्थ, जुऑन पेरेज या स्पेनमधील व्यक्तीने इन्स्टंट मेसेज वापरून त्याच्या सगळ्या कुटुंबाशी, मित्रांशी आणि कामावरील सहकाऱ्यांशी संपर्क केला. यापैकी प्रत्येक जण दुसऱ्याला ओळखत होते. त्यापैकी काही मित्रांचे मित्र हे आधीच जुऑनच्या संपर्कात जोडलेले असणारेच होते. पण जुऑनला हे माहीतही नाही की, असे काही मित्रांचे मित्र अस्तित्वात आहेत आणि हेही नक्की माहीत नाही की, ते अप्रत्यक्षरीत्या त्याच्याशी जोडलेले आहेत. जुऑन हा संपर्कजाळ्याच्या

मध्यभागी आहे आणि प्रत्येक जण असतो, जो आय.एम. सेवा वापरतो.

त्या शास्त्रज्ञांनी ठरवले की, याचा अभ्यास करायचा की संपूर्ण नेटवर्कमध्ये २४० दशलक्ष आय.एम. वापरणाऱ्या प्रत्येकाशी मित्रांच्या मित्रांशी जोडणीतून किती लिंक्स लागतात? आश्चर्यकारकरीत्या ती संख्या आली फक्त ६.६ कनेक्शन्स. (तो संपूर्ण संशोधनाचा अहवाल हा इंटरनेटवरून विनामूल्य डाउनलोड करता येतो, त्याचा वेब ॲड्रेस पुढील वाचन आणि माहिती विभागात मायक्रोसॉफ्टया मथळ्याखाली दिला आहे.)

नेते हे प्रत्येकाशी जोडले गेलेले असतात

प्रत्येकाशी जोडले गेले असल्याची कल्पना ही नेत्यांसाठी महत्त्वाची असते, कारण याचाच अर्थ त्यांना कुणाशीही कुठेही संपर्क करता येणे शक्य असते. जोपर्यंत एकच व्यक्ती एखादे शहर, खेडे, जमात अथवा कुटुंबाशी जोडत असेल तर संभाव्य नेते फक्त सहा किंवा सात लोकांना भेटून एवढ्या सगळ्यांशी संपर्क करू शकतात.

तथापि, संपर्क करणे ही पहिली पायरी आहे. नेत्यांना इतरांचे लक्ष वेधून घेण्यासाठी आणखी कशाची तरी गरज असते आणि हे काहीतरी म्हणजे असतो, 'विश्वास'. जर मित्रांच्या मित्रांनी त्यांचे ऐकावे असे वाटत असेल, तर नेते हे विश्वासार्ह असण्याची गरज असते, कारण लोक त्यांचेच अनुयायी होतात, ज्यांच्यावर ते विश्वास ठेवतात.

विश्वास संपादन करणे

विश्वास आणि भावना

प्रामाणिक आणि अप्रामाणिक दोन्ही प्रकारचे लोक इतरांचा विश्वास बसावा म्हणून एकाच पद्धतीने वागतात. उदाहरणार्थ, खूप खोटारडे लोकही थेट डोळ्यात बघून बोलतात, लोकांचे मन वळवण्याच्या दृष्टीने आवाज लावतात आणि मोकळे हातवारे करतात. तसेच खरे बोलणारेही करतात. यातली विसंगती अशी की, खोटारडे लोक आपली थाप पचावी म्हणून जास्त प्रयत्न करतात. त्यामुळे प्रामाणिक लोकांपेक्षा ते जास्त विश्वासार्ह वाटतात.

सगळ्या प्रकारच्या फसवणाऱ्या लोकांच्या बाबतीतही असेच असते. ते नेहमी विश्वासार्ह वाटण्यासाठी खूप कष्ट घेतात– २४ तास, सात दिवस आणि त्यात यशस्वी होतात. याचे कारण म्हणजे विश्वासाचा निर्णय नेहमी भावनिक प्रतिक्रियांशी निगडित असतो. आकर्षक, रुबाबदार आणि श्रीमंत लोकांचे नेहमीच सगळीकडे स्वागत होते, कारण त्यांच्या आसपास राहणे लोकांना छान वाटते.

ते जेवढे सकारात्मक प्रभाव पाडतात, (मंगळवार पाहा), तेवढे त्यांच्या सहवासात लोकांना सुरक्षित वाटते. याउलट एखादा अस्वच्छ, टोचून बोलणारा, फाटकेतुटके कपडे घालणारा माणूस बघून इतर सावध होतात, घाबरतात किंवा त्यांना तिटकारा वाटतो. ही भावनिक प्रतिक्रिया सुज्ञ विचाराच्या वरचढ ठरते. काही वेळा ही प्रतिक्रिया बरोबर असते पण दरवेळीच नाही.

लोक दिवसभरात खाणे-पिणे, काम पूर्ण करणे किंवा व्यायाम करणे यासारख्या विषयांबाबत शंभर निर्णय घेत असतात. जरी यातल्या सगळ्या निर्णयांचा विश्वासाशी काही संबंध नसतो, तरी काहींचा असतो, तेव्हा गंभीरपणे परीक्षण होणे गरजेचे असते की, एखादी व्यक्ती विश्वास ठेवण्याजोगी आहे की नाही. अशा व्यक्तींनीही जागरूक राहणे गरजेचे असते की, इतर जणही त्यांचे मूल्यमापन करू शकतात.

हे खूपच आव्हानात्मक आहे, पण डेव्हिड मैस्टर, चार्ल्स ग्रीन आणि रॉबर्ट गॅलफोर्ड यांच्या कामामुळे ते खूपच सोपे झाले आहे. विश्वास या विषयावरचे ते तज्ज्ञ आहेत आणि त्यांनी विश्वासाच्या समीकरणाची कल्पना शोधून काढली आहे. त्यांचे पुस्तक, 'द ट्रस्टेड ॲडवायझर', हे पुढचे वाचन आणि माहितीच्या यादीत दिलेले आहे.

विश्वासाचे समीकरण

विश्वासाच्या समीकरणामध्ये चार घटकांचा समावेश होतो, जे विश्वासासाठी आवश्यक आहेत, ज्यांच्या संघटितपणामुळे समीकरण तयार होते. हे कुणालाही आणि कोणत्याही परिस्थितीत लागू होते.

१. विश्वसनीयता (क्रेडिबिलिटी- सी)
२. खात्री (रिलायबिलिटी- आर)
३. व्यक्ती व्यक्तीमधील अथवा लोकांशी असलेली जवळिकीची पातळी (इंटरपर्सनल डिग्री ऑफ क्लोजनेस- आय)
४. स्वत:चे स्थितीज्ञान (सेल्फ ओरिएंटेशन- एस)

टीप- त्या तिघांनी इंटिमसी हा शब्द इंटरपर्सनलच्या जागी वापरला आहे, पण आंतरराष्ट्रीय पातळीवरच्या नेत्यांना समजावे म्हणून तो बदलण्यात आला आहे.

संज्ञांची व्याख्या

सी- क्रेडिबिलिटी-विश्वसनीयता- याचा संदर्भ अनुभव, कौशल्ये, गुणवत्ता आणि इतरांनी दिलेली परिचयपत्रके यांच्याशी असतो.

आर- रिलायबिलिटी- खात्री याचा संदर्भ वर्तणुकीतले सातत्य आणि नियमितपणा यांच्याशी आहे.

आय- इंटरपर्सनल डिग्री ऑफ क्लोजनेस- व्यक्ती- व्यक्तीमधील अथवा लोकांशी असलेली जवळिकीची पातळी- ही त्या व्यक्तीबद्दल वाटणाऱ्या जवळिकीशी संबंधित आहे.

एस- सेल्फ ओरिएंटेशन- स्वतःचे स्थितीज्ञान- ती व्यक्ती दाखवत असलेला अहंकार आणि स्वयंसेवा याच्याशी हे निगडित आहे.

टी- ट्रस्ट-विश्वास- म्हणजे ज्या निष्पत्तीचे अभिवचन दिले आहे ते पूर्ण होण्याची खात्री.

हेच ते समीकरण आहे :

$$\frac{\text{सी} + \text{आर} + \text{आय}}{\text{एस}} = \text{टी}$$

या समीकरणात विश्वसनीयता, खात्री आणि जवळीक या वैशिष्ट्यांची बेरीज ही वरची संख्या आहे. ही बेरीज त्या व्यक्तीच्या स्थितीज्ञानाने भागली जाते,

जी खालची भाजक संख्या आहे. त्याचे उत्तर म्हणजे त्या व्यक्तीची विश्वासार्हता.

उदाहरणार्थ, एखाद्या व्यक्तीची विश्वसनीयता, खात्री आणि जवळीक उच्च असेल, तर सी+ आर+ आय ची बेरीज उच्च असेल. तथापि, मूल्यमापन करणाऱ्याने त्याचा स्वत:विषयीचाही दृष्टिकोन विचारात घ्यायला हवा. जर त्याचेही गुणांकन जास्त असेल, तर एस ने सी+ आर+ आय ला भागल्यावर त्याच्या विश्वासाची गणना कमी येईल. इथे दोन उदाहरणे देत आहोत, जी कामाच्या ठिकाणी हे समीकरण कसे वापरायचे ते दाखवतील.

उदाहरण १

मेरीकडे एका उपक्रमासाठी लागणारे सर्व गुण आहेत आणि तिने त्याच प्रकारचे काम तिच्या आधीच्या नोकरीतही केलेले आहे. तुम्हाला माहीत आहे की, ती तिचा शब्द पाळते आणि जेव्हा वेळेतच काम पूर्ण करायचे असते तेव्हा उशिरापर्यंत थांबते. तुम्ही तिला चांगल्या पद्धतीने जाणता, कारण ती मोकळेपणाने तिच्या कौटुंबिक पार्श्वभूमीबद्दल आणि तिला कशाकशाची आवड आहे, याबद्दल बोलते. या सगळ्याचा एकत्रित परिणाम म्हणजे तिचे सी + आर+ आय हे गुणांकन जास्त होईल. तिच्या स्वतःविषयीच्या दृष्टिकोनाबद्दल बोलायचे झाले, तर मेरी ही महत्त्वाकांक्षी आहे आणि संधी उपलब्ध होताच तिला बढती घ्यायची इच्छा आहे, असे ती स्पष्ट सांगते. तसेच ती एक इमानी कर्मचारी आहे. जर तिने संघाचे नेतृत्व केले, तर ती कंपनीची सेवा करेलच. शिवाय स्वतःच्या कारकिर्दीचे ध्येयही गाठू शकेल. त्यामुळे तिच्या स्वतःविषयीच्या स्थितीज्ञानाचे गुणांकन कमी येईल. म्हणून तिचे समीकरण खालीलप्रमाणे दिसेल.

$$\frac{\text{सी + आर+ आय}}{\text{एस}} = \text{टी}$$

$$\frac{\text{जास्त}}{\text{कमी}} = \text{जास्त विश्वास}$$

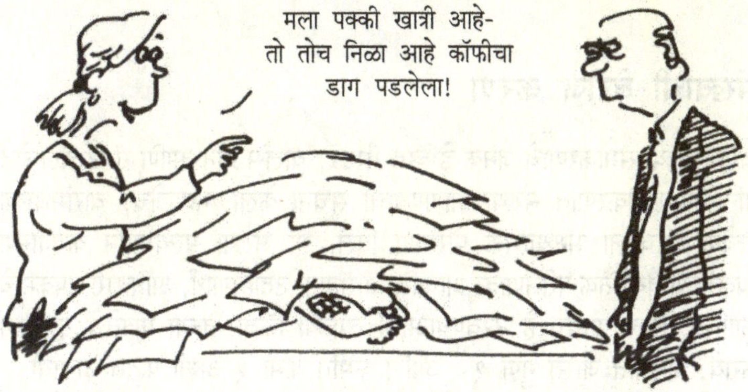

उदाहरण २

एगेली हा त्याच्या कामात फार वाकबगार आहे. जरी त्याने उपक्रमाच्या संघात पाच वर्षे काम केले असले तरी त्याने नेतृत्व कधीच केले नाही. त्याची निवड धोकादायक वाटते, कारण तो तणावाखाली असला की, काही दिवस एकट्याने काम करण्यासाठी गायब होतो, त्यामुळे त्याच्या संघातल्या लोकांना काय करायचे, याचा अंदाज घेत बसावे लागते आणि तो पुन्हा उगवल्याशिवाय काम पूर्णही करता येत नाही. एगेली कधीतरीच त्याच्या सहकाऱ्यांशी संवाद करतो. त्याच्या वागण्याबद्दल कुणी तक्रार केली, तर तो दुसरीकडेच बघत राहतो. हे सारे एकत्रित केले, तर त्याचे सी + आर + आय हे गुणांकन खूपच कमी येते. त्याच्या स्वतःविषयीच्या स्थितीज्ञानाबद्दल बोलायचे झाले, तर गेल्या वर्षी त्याने त्याच्या सहकाऱ्याला सांगितले की, त्याला कंपनीचा राग आला होता. त्याला वाटत होते की उपक्रमाच्या निष्पत्तीचा नाश करावा, यामुळे त्याच्या एसचे गुणांकन जास्त येते.

त्यामुळे त्याचे समीकरण असे दिसते :

$$\frac{\text{सी + आर + आय}}{\text{एस}} = \text{टी}$$

$$\frac{\text{कमी}}{\text{जास्त}} = \text{कमी विश्वास}$$

संख्यांची बेरीज करणे

विश्वासाच्या समीकरणाचे जनक डेव्हिड मैस्टर, चार्ल्स ग्रीन आणि रॉबर्ट गॅलफोर्ड यांनी या समीकरणात संख्या आणण्याची सूचना केली. म्हणजेच, चारांमधल्या प्रत्येक घटकाला संख्यात्मक परिमाण दिले. या संख्या मूल्यमापन करणाऱ्या व्यक्तीच्या वैयक्तिक परीक्षणावर आधारित असतात. उदाहरणार्थ, अधिकारी उपक्रमाचे कुणाला नेतृत्व द्यायचे हे ठरवण्याआधी त्याच्या किंवा तिच्या पात्रतेचे गुणांकन करावे, जास्तीत जास्त गुण १० आणि कमीत कमी १ अशी पद्धत असावी.

या पायरीमुळे उपक्रमाच्या नेतृत्वाला कोणता दर्जा अपेक्षित आहे, हे स्पष्ट होते. प्रत्येकाची विश्वसनीयता, खात्री, जवळीक आणि स्थितीज्ञान या प्रत्येक बाबतीत गुणांकन करावे. तो किंवा ती अथवा प्रत्येक जण ज्याला ते काम करायचे आहे, त्यांच्या पात्रतेनुसार त्यांचे गुणांकन १ ते १०मध्ये होईल. जेव्हा अनेक जणांना ते काम करण्याची इच्छा असेल, तेव्हा ह्या संख्यात्मक पद्धतीमुळे त्याला जास्त चांगला न्याय देता येईल.

दुरून नेतृत्व करणे

आता अनेक व्यवसाय हे स्मार्ट तंत्रज्ञानावर अवलंबून आहेत, ज्यात सह-कामगारांशी संपर्क जुळवण्यात येतो. यामुळे दोन्ही गोष्टी होतात विकासाला प्रेरणा मिळते आणि खर्च कमी होतो. तथापि, तंत्रज्ञानावर जास्त अवलंबून राहिल्याचा परिणाम विश्वासावर होतो. उदाहरणार्थ, समोरासमोर काम करत असताना लोक त्यांच्या सहकाऱ्याचे वागणे थेट पाहतात, त्या अनुभवावरून विश्वास ठेवायचा की नाही हे ठरवतात.

जेव्हा थेट संपर्क होत नाही, तेव्हा लोकांना एकमेकांवरचा विश्वास वाढवायला मदत होण्यासाठी, आपल्या सहकाऱ्याच्या वागण्याचा अनुभव घेण्यासाठी अधिक संधींची गरज असते. याबाबतच्या संशोधनामध्ये असे सिद्ध झाले आहे की, एकाच वेळी वेगवेगळ्या पद्धतींनी सातत्याने संपर्क केला असता दूर असणाऱ्या सहकाऱ्यांमध्येही एकमेकांबद्दलचा विश्वास निर्माण होऊ शकतो. यात खालील पद्धतींचा समावेश होतो.

- ई-मेल
- दृश्यदूरध्वनी जसे स्काइप
- ट्विटर किंवा त्याचे क्लोन
- ब्लॉगिंग
- फेसबुकचे अंतर्गत क्लोन
- इन्स्टंट मेसेजिंग, लेखी संदेश

वास्तविक पाहता कोणतीही संज्ञापनाची पद्धत ज्यामुळे लोक एकमेकांबद्दल जास्त शिकू शकतील, त्यांची जोडण्याची, बंध निर्माण करण्याची आणि लिंक्स तयार करण्यासाठी संधी वाढवू शकतात. संज्ञापनामुळे विश्वासाच्या समीकरणातला आय (इंटरपर्सनल) हा घटक वाढतो. जे नेते आपल्या सहकाऱ्यांना दूर राहूनही एकत्र काम करायला सांगतात, त्यांनी ते सहकारी एकमेकांशी सहज जोडले जाऊ शकतील, असे नवनवीन मार्गही उपलब्ध करून देणे गरजेचे असते.

खाली तक्ता १मध्ये आठ तंत्रज्ञानाच्या संज्ञापनाच्या पद्धती आणि विश्वासाच्या समीकरणाचे चार घटक यांचे नाते दाखवले आहे. प्रत्येक पद्धत समीकरणाला वेगवेगळ्या पद्धतीने साहाय्य करते. उदाहरणार्थ, जे लोक आपल्या ई-मेलला ताबडतोब उत्तर देतात, ते लोक विश्वासार्ह वाटतात. ब्लॉगमुळे मनमोकळी मते एकमेकांबरोबर वाटून घेण्याची संधी मिळते, त्यामुळे वाचणाऱ्याला आपण ब्लॉग लिहिणाऱ्याला खूप ओळखतो असे वाटते. नेत्याने सुरू केलेल्या फेसबुक क्लोन किंवा सोशल नेटवर्किंगमुळे सहकर्मचाऱ्यांना 'दाखवा आणि बोला' अशी संधी उपलब्ध होऊ शकते. त्याचा परिणाम म्हणून विश्वसनीयता वाढते.

तंत्रज्ञानावर आधारित संज्ञापनाच्या पद्धती

ई-मेल म्हणजे इलेक्ट्रॉनिक मेल जी डिजिटल तंत्रज्ञानाचा वापर करून पाठवली जाते.

स्काइप क्लोन म्हणजे इंटरनेटवरून डिजिटल तंत्रज्ञानाचा वापर करून या सॉफ्टवेअरद्वारा दृक् - श्राव्य संपर्क करता येतो.

ब्लॉग हा वेबलॉगचा अपभ्रंश आहे. ही अशी वेबसाइट आहे की, ज्यात मते मांडली जातात. त्यात मल्टीमीडियाचाही वापर करता येतो.

एसएमएस म्हणजे शॉर्ट मेसेजिंग सर्व्हिस जी लिखित स्वरूपात असते आणि फोनचा वापर करून करता येते.

एमएमएस म्हणजे मल्टीमीडिया मेसेजेस सर्व्हिस ज्यात फोनचा वापर करून फोटो, दृक्-श्राव्य फिती पाठवता येतात.

आयएम म्हणजे इन्स्टंट मेसेजिंग म्हणजे इंटरनेटवरून डिजिटल तंत्रज्ञानाच्या साहाय्याने दोन किंवा अधिक लोक लेखी संदेशाची देवाणघेवाण करू शकतात.

ट्विटर क्लोन म्हणजे इंटरनेटवरून माहितीचा स्फोट जो इंटरनेटवरून लिखित स्वरूपात पाठवता येतो, ज्याला १४० अक्षरांची मर्यादा असते.

फेसबुक क्लोन म्हणजे अशी वेबसाइट ज्यामध्ये लोकांना स्वतःच्या माहितीची नोंद करता येते, जी इतर लोक पाहू शकतात, त्यावरून शिकू शकतात, बातमी जाणून घेऊ शकतात.

तक्ता १ आठ तंत्रज्ञानाच्या संज्ञापनाच्या पद्धती आणि विश्वासाच्या समीकरणाचे चार घटक यांचे नाते

	विश्वसनीयता	खात्री	जवळीक	स्व-स्थितीज्ञान
ई-मेल				
स्काइप क्लोन				
ब्लॉग				
एसएमएस				
एमएमएस				
आयएम				
ट्विटर क्लोन				
फेसबुक क्लोन				

उपक्रम

१. प्रत्येक संज्ञापनाची पद्धत समीकरणातील चार घटकांपैकी प्रत्येकाला कशी साहाय्यभूत होते ते शोधा.

२. नेटवर्किंगमधली एक अशी पद्धत निवडा की, जी तुम्ही कधीच वापरली नाही. जर सगळ्या वापरल्या असतील तर अशी पद्धत निवडा जी तुम्ही कमीत कमी वेळा वापरलेली आहे.

३. जी पद्धत तुम्ही निवडलेली आहे, त्याची ऑनलाइन माहिती घ्या.

४. ही पद्धत वापरून तुमच्या नेतृत्वाच्या कामात तीन कोणते फायदे होतील याचा शोध घ्या.

५. या साइटवर प्रयोग करा, म्हणजे तुमचे खाते उघडा. जिथे विनामूल्य तशी सेवा आहे आणि या पद्धतीचा वापर करण्याचा प्रयत्न करा.

६. तुमच्या प्रयत्नात ब्लॉग किंवा ट्विटर खातेही उघडण्याचा समावेश आहे, याची खात्री करा.

७. तुमच्या सहकाऱ्यांना आणि मित्रांना तुम्ही केलेल्या प्रयत्नाबद्दल त्यांच्या प्रतिक्रिया विचारा.

सारांश

आजचा कार्यक्रम हा नेत्यांच्या लोकांना एकत्र आणण्याच्या कौशल्यावर केंद्रित आहे. नेत्यांनी स्वतः विश्वासपात्र असणे आणि आपल्या सहकाऱ्यांचा एकमेकांमधला विश्वास वाढवणे, हे अत्यंत महत्त्वाचे आहे. हे आणखी आव्हानात्मक होते, जेव्हा ते एकमेकांपासून दूर काम करत असतात, कारण लोक त्यांच्या स्वतःच्या जाणिवेवरूनच ठरवतात की कुणावर विश्वास ठेवायचा.

अनेकपदरी संज्ञापन पद्धती ही समोरासमोरच्या संपर्काला पर्याय म्हणून काम करू शकते. नेत्यांनी या पद्धतीचा सातत्याने वापर केला पाहिजे आणि प्रत्येकाला यात सहभागी होण्यास प्रोत्साहन दिले पाहिजे. याचा पुरस्कार असा मिळतो की उत्तम कार्यरत संघ तयार होतो.

खाली एक तपासणीसूची दिली आहे, जी तुमच्या आणि तुमच्या सहकाऱ्यांच्या विश्वासार्हतेचे परीक्षण करू शकेल आणि त्याचा विकास करण्यास मदत करू शकेल.

१. तुमच्या प्रत्येक सहकामगाराला विश्वासाचे समीकरण लागू करून पाहा.

२. तुमचा कुणावर विश्वास आहे आणि का? काही आश्चर्यकारक निकाल हाती आला आहे का?

३. तुमच्या स्वतःचे विश्वासाचे गुणांकन वाढवता येणे शक्य आहे का?

अ : नवीन लोकांशी संपर्क करताना?

ब : जे लोक तुम्हाला आधीच माहीत आहेत त्यांच्यात?

४. तुम्ही इतरांना त्यांचे विश्वासाचे गुणांकन वाढवण्यासाठी काय साहाय्य करू शकता?

५. तुम्ही संज्ञापन वाढवण्यासाठी उपलब्ध सर्व तंत्रज्ञानांचा वापर करत आहात का?

६. जर नसाल, तर तुम्ही तुमच्या दोन्ही संज्ञापनांत संख्यात्मक आणि गुणात्मक वाढ होण्यासाठी काय करू शकाल?

वास्तव चाचणी (उत्तरे शेवटी आहेत)

१) मायक्रोसॉफ्टच्या इन्स्टंट मेसेजेस सर्व्हिसमधून प्रत्येकाला जोडण्यासाठी किती लिंक्स लागल्या?

अ १०.९

ब १०.८

क ६.६

ड २८

२) मायक्रोसॉफ्टच्या संशोधनात किती मेसेजेसचा अभ्यास केला गेला?

अ ४२ दशलक्ष

ब २ महापद्म

क ३०महापद्म

ड २६० दशलक्ष

३) खालीलपैकी कोणता विश्वासाच्या समीकरणातला घटक आहे?

अ खात्री

ब जागरूकता

क प्रामाणिकपणा

ड मैत्री

४) खालील प्रकारच्या विश्वासाच्या समीकरणाचे गुणांकन कसे होईल?

कमी सी+ आर+ आय
जास्त एस

अ जास्त विश्वास

ब कमी विश्वास

क मध्यम विश्वास

ड बाह्य विश्वास

५) खालील प्रकारच्या विश्वासाच्या समीकरणाचे गुणांकन कसे होईल?

जास्त सी+ आर+ आय
कमी एस

अ जास्त विश्वास

ब कमी विश्वास

क मध्यम विश्वास

ड बाहेरील विश्वास

६) जेव्हा समोरासमोरील संपर्क कमी होतो तेव्हा काय वाढले पाहिजे?

अ प्रवास

ब विक्री

क पगार

ड संज्ञापन

७) विश्वसनीयतेचा संदर्भ अनुभव, ----, गुणवत्ता आणि इतरांची परिचयपत्रे याच्याशी येतो.

अ बँकिंग

ब कौशल्ये

क संदर्भ

ड प्रामाणिकपणा

८) स्व-स्थितीज्ञान म्हणजे-----.

अ आत्मविश्वास

ब ज्ञान

क योजना

ड अहंकार

९) खात्री म्हणजे-----.

अ सातत्य

ब अभिवचने

क गती

ड वेळ

१०) व्यक्तीअंतर्गतचा संदर्भ त्या व्यक्तीबद्दल वाटणाऱ्या ----बद्दल असतो.

अ मानसशात्र

ब कर्मचारी

क विभाग

ड संबंध

शनिवार

उद्दिष्टे आणि प्रेरणा

उद्दिष्टांमुळे कृतीची प्रेरणा मिळते आणि ती लोकांना एकत्र आणते. संशोधनातून हे सिद्ध झाले आहे की, रोख पैसे, बोनस अथवा कार्यालयात मोठी जागा यापेक्षा उद्दिष्टे प्रेरणा देण्यात जास्त प्रभावी ठरतात.

उद्दिष्ट म्हणजे जणू काही अंतरावरील दीप आहे, जो दिशा आणि मार्ग दाखवतो. जेव्हा हा उजेड स्पष्ट आणि प्रखर असतो, तेव्हा नेता त्याबद्दल अत्यंत सुस्पष्ट पद्धतीने त्याचे वर्णन करू शकतो, ज्यामुळे लोकांचे लक्ष, उत्सुकता आणि आकर्षण तो खेचू शकतो.

नेत्यांना उद्दिष्ट समजून घेऊन त्याप्रमाणे काम करण्याची गरज असते, त्यामुळे ते इतरांनाही प्रेरणा देऊ शकतात. जे विषय याची समज वाढवण्यास मदत करतात त्यात खालील विषयांचा समावेश होतो.

- अर्थ आणि हेतू
- मोठे चित्र पाहणे
- रचना आणि पुनर्रचनेची कौशल्ये

अर्थ आणि हेतू

उद्दिष्ट असलेले नेते लोकांना आठवण करून देऊ शकतात की, आयुष्य हे नेहमीची दैनंदिनी आणि सामान्य जीवनापेक्षा खूप जास्त आहे. उद्दिष्टामुळे सगळ्यांसाठी एक हेतू मिळतो, जो एकत्रितपणे प्रत्येकाला साध्य करता येतो. सर्वसाधारणपणे बघायला गेले, तर उद्दिष्ट असणारे लोक आजूबाजूला असणे सुसह्य नसते.

विशेषत: तेव्हा, जेव्हा त्यांच्या कल्पना या पारंपरिक किंवा मुख्य प्रवाहातील दृष्टिकोनाशी विसंगत असतील. उद्दिष्ट असणाऱ्या लोकांचे परीक्षण जग नेहमीच फाजील उत्साही, लहरी आणि कठीण माणूस असे करतात. सर्वसाधारणपणे टोकाचे विचार स्वीकारले जाणे हे खूप कठीण असते आणि निश्चयाचा महामेरू असलेला द्रष्टा त्या नकारात्मक प्रतिक्रियेला खतपाणी घालत राहतो.

तथापि, अशा द्रष्ट्यांचे वागणे नाही, तर त्यांची दृष्टी एखादा सामान्य व्यवस्थापक अथवा प्रशासकाचे नेत्यात रूपांतर करू शकते. उद्दिष्ट सूचित करते की, आहेत त्या गोष्टी अजून चांगल्या करता येणे शक्य आहे, आणि हे प्रेरणादायी आहे. ही नेतृत्वाची व्याख्या जी विकास कार्यक्रमाच्या सुरुवातीला दिली होती, ती अशी आहे :

'नेतृत्व म्हणजे एक असे उद्दिष्ट इतरांसमोर ठेवण्याची क्षमता की, जे इतरांना साध्य करावेसे वाटेल. नेत्यांकडे इतर लोकांना बरोबर घेऊन काम करण्याचे कौशल्य तर लागतेच, त्याबरोबर असा विश्वासही असावा लागतो की ते बदल घडवू शकतात.'

नेत्यांच्या अगदी उलट, व्यवस्थापक आणि प्रशासक कल्पना, आराखडे, मेमोज आणि सूचना मांडत असतात. ते आपल्या सहकाऱ्यांकडे सहकाराची मागणी करतात, प्रश्न विचारतात, जोर धरतात, मागणी करतात, सूचना करतात, मन वळवतात, प्रोत्साहन देतात. त्यांच्या अधिकाराच्या आणि प्रभावाच्या पातळीनुसार त्यांना यशाची खात्री असते. प्रभावी व्यवस्थापनाला स्तुती, पुरस्कार मिळू शकतात,

पण नेतृत्व प्राप्त होत नाही.

नेत्यांकडे उद्दिष्ट असते, ते धोका पत्करतात, लोकांपुढे स्वप्नं ठेवतात, शक्यता उलगडवून दाखवतात आणि आपल्या सहकाऱ्यांना अज्ञात प्रदेशाच्या प्रवासात त्यांच्याबरोबर येण्याचे निमंत्रण देतात. व्यवस्थापक अहवाल लिहितात, माहितीची छाननी करतात आणि आपल्या सहकाऱ्यांना जेवणानंतर कॉन्फरन्स हॉलमध्ये भेटायला बोलावतात. जरी नेते त्यांच्या संघटनेच्या वातावरणाशी मिसळून गेलेले असतात, तरी त्यांच्यात काहीतरी वेगळे असते. बारकाईने पाहिले तर ते काहीतरी म्हणजे दृष्टी.

जेव्हा जेव्हा व्यक्ती त्यांचे लक्ष नेहमीच्या दैनंदिनीवरून हटवून वरच्या बाजूला केंद्रित करतात, तेव्हा ते नवीन शक्यतांना सामोरे जातात. काहीतरी नवीन आणि जास्त चांगला विचार करण्याची क्षमता नियमित सरावाने मिळवता येते. असा आवश्यक प्रयत्न खऱ्या योग्यतेचा असतो, कारण उद्दिष्ट हा नेतृत्वाचा आवश्यक भाग आहे. हा पुढचा उपक्रम तुमची उद्दिष्टविषयक जाणीव वाढवण्यासाठी तयार केला गेला आहे.

उपक्रम

१. स्वतःला विचारून पाहा की असे कुणी आहे का? की ज्याची तुम्ही स्तुती करता, कारण त्यांचा दृष्टिकोन तुम्हाला आश्चर्यचकित करतो किंवा विचार करायला प्रवृत्त करतो. तुम्ही कोणाचीही निवड करू शकता, एखादी लोकप्रिय व्यक्ती, किंवा अशी व्यक्ती जिला तुम्ही ओळखता.

• कोणता गुण किंवा कोणते गुण त्यांच्या दृष्टिकोनाला प्रेरणा देत असतील याची कल्पना करा.

२. त्या व्यक्तीने तो गुण कृतीत आणला असेल ती वेळ, तो प्रसंग आठवण्याचा प्रयत्न करा.

• तुम्ही तो गुण स्वतः दाखवला आहे, अशी कल्पना तुम्ही करू शकता का?

३. जेव्हा भविष्यातल्या काही योजना तुम्ही आखत आहात, तेव्हा एक मिनिट थांबा आणि स्वतःला विचारा, पुढच्या योजनेत तुम्ही या गुणाचा वापर करू शकता का?

• अशी मुक्त कल्पना करा की, तुमच्या पुढच्या योजना हा गुण वापरल्यामुळे विकसित झाल्या आहेत, किंवा ज्या व्यक्तीची तुम्ही स्तुती करता ते तुम्हाला सल्ला द्यायला आहेत.

हे आधीच सूचित केले आहे की, ज्या लोकांना उद्दिष्ट असते ते लोक नेहमी सुसह्य असतात असे नाही. ते बऱ्याचदा लोकप्रियही नसतात. एक प्रभावी व्यवस्थापकापेक्षा एक नेता म्हणून निर्णय घेणे हे कमी महत्त्वाचे मानू नये. पुढच्या फळीला काम करणे हे मागे बसून काम करणाऱ्यांपेक्षा फार धोकादायक असते. नेतृत्वाची आव्हाने ही व्यवस्थापकाच्या किंवा प्रशासकाच्या आव्हानापेक्षा फार जबरदस्त असतात.

नेतृत्वाला फार मोठ्या निर्धाराची आवश्यकता असते. आणि निवड करण्यास कोणताच वाव नसतो. दृष्टी असण्याच्या वलयामुळे जर ध्येय नाकारले गेले अथवा चुकीच्या पद्धतीने घेतले गेले तर बसणारा फटका सौम्य होत नाही. एखाद्या व्यवस्थापकाच्या आराखड्याचे किंवा कामाचे कागद नाकारले गेले, तर त्याच्या अनुभवापेक्षा हा अनुभव नेत्यासाठी फारच क्लेशकारक असेल.

नेते, व्याखेनुसार जायचे झाले, तर त्यांच्या अनुयायांशी अशा प्रकारे नात्यात गुंतलेले असतात की, अनुयायांच्या प्रतिक्रियांच्या हल्ल्याला त्यांना नेहमी सामोरे जावे लागते. तथापि, नेता कितीही कणखर अथवा धाडसी दिसत असला, तरी त्याच्या अत्यंत सखोल कल्पनेला जेव्हा नाकारले जाते, तेव्हा त्याच्या भावना न दुखावल्या जाणे अवघड आहे.

जेव्हा नेत्यांना आत्मविश्वास असतो की, ते आहेत त्या पदावर असण्यास सुयोग्य व्यक्ती आहेत, त्याची त्यांना मदत होते. त्यांच्या दृष्टीच्या जाणिवेच्या पायावर ते अवघड काळात तग धरू शकतात, आणि इतरांचेही मन वळवून त्यांना

पटवून देऊ शकतात की, त्यांची दृष्टी खऱ्या योग्यतेची आहे. दृष्टीमुळे टीकेला सामोरे जाण्याची वेळ येत असेल, पण जेव्हा ती तावून सुलाखून निघते तेव्हा ती अंतर्गत शक्तींना साहाय्यभूत होते.

मोठे चित्र पाहणे

हा वाक्प्रचार या कृतीसाठी वापरला जातो की, आपले लक्ष परिस्थितीच्या बारकाव्यांवरून हलवून, सर्व बारकाव्यांसहित एकत्र संपूर्ण चित्रावर केंद्रित करणे. मोठ्या चित्रात सगळे बारकावे एकत्रित करून संगतवार प्रतिमा पाहिली जाते. उदाहरणार्थ, एकेक झाड किंवा वेगवेगळ्या झाडांचा गट पाहण्यापेक्षा संपूर्ण जंगल बघणे. मोठे चित्र पाहणे म्हणजे एका अर्थी मनातून एक पायरी मागे जाऊन जास्त माहिती मिळवणे. हा नेहमीच्या दैनंदिनीत किंवा किरकोळ प्रश्नात एकाच ठिकाणी अडकून राहण्यावरचा निवारक उपाय आहे.

मोठे चित्र पाहण्याचा हेतू हा असतो की, आत्ताच्या परिस्थितीचा अर्थ उलगडवणे. ज्यांना मोठे चित्र पाहायचे आहे, अशा नेत्यांनी पहिल्यांदा परिस्थितीच्या बारकाव्यांकडे अतिशय मेहनतपूर्वक लक्ष केंद्रित केले पाहिजे की, ज्यामुळे प्रत्येक गोष्ट वेगळी होईल.

मग त्यांनी त्यांच्या मनाची पाटी पुन्हा एकदा स्वच्छ करून त्या परिस्थितीबद्दल पुन्हा विचार केला पाहिजे. या वेळी त्यांनी अशा पद्धतीचा नमुना अथवा चित्र पाहिले पाहिजे की, बारकाव्यांकडे दुर्लक्ष होईल. ही यथार्थ दृश्य पाहण्याची कृती अशी दृश्यभ्रमाने दाखवता येते.

हा दृश्यभ्रम म्हणजे एक अशी युक्ती आहे, जी डोळे खेळतात. बघणाऱ्याचा दृष्टिकोन बदलला की चित्र अगदीच वेगळे दिसते. एखाद्या परिस्थितीत मोठे चित्र पाहणे, म्हणजे दृश्यभ्रम करणारे चित्र पाहण्यासारखेच आहे.

याचे प्रात्यक्षिक म्हणजे, तुमची दृष्टी अगदी चित्राच्या मध्यभागी केंद्रित करा. तुम्हाला एका पुष्पदाणीची आकृती नक्की दिसू शकेल. नंतर तुमचे लक्ष चित्राच्या उजव्या बाजूला आणा आणि हळूहळू मध्यभागी आणा. तुम्हाला एका माणसाच्या चेहऱ्याचा बाजूचा भाग दिसेल. नंतर तुमचे लक्ष चित्राच्या डावीकडे वळवा आणि पुन्हा चित्राच्या मध्यभागी आणा, दुसरा चेहरा बाजूने दिसेल.

जसे हे चित्र दोन प्रकारांनी वाचता येते, घटनेचेही स्वरूप आणि अर्थ हेही बघणाऱ्याच्या दृष्टिकोनावर अवलंबून असते. नेते जेवढा उदार दृष्टिकोन ठेवतील तेवढी आवश्यक ती माहिती अचूकपणे त्यांना मिळण्याची आणि घटनेचा अर्थ जास्त चांगल्या पद्धतीने समजण्याची शक्यता असते. त्यांना परिस्थितीचे नवे यथार्थ दर्शन लाभू शकते आणि बऱ्याचदा सतावणाऱ्या एखाद्या प्रश्नाचे उत्तरही त्यांना मिळू शकते. मोठे चित्र पाहण्याने नवीन उत्कृष्ट नमुने उदयास येतात आणि कामामुळे निर्माण होणारी नाती, परिस्थिती आणि घटना याबद्दलची उत्तम समज निर्माण होऊ शकते.

संदर्भाच्या मोठ्या चौकोनातून पाहिले असता माणसांमधली आणि घटनांमधली कृत्रिम विभागणी गळून पडते. यालाच काही वेळा हेलिकॉप्टरमधून केलेली पाहणी असे म्हणतात. याचाच अर्थ नेते मानसिकरीत्या त्यांचा दृष्टिकोन इतक्या उंच नेऊन वरून पाहत आहेत की काय घडत आहे....! यातून अशा काही गोष्टींचा उलगडा होऊ शकतो की ज्या एरवी लपल्या गेल्या असत्या अथवा त्या दिसणे कठीण होते.

काही प्रसंगी मोठे चित्र पाहून विचार करण्याने अनिष्ट गोष्टींची चाहूल लागते. त्या वेळी नेत्याने असे मोठे चित्र पाहावे की, ज्यात संबंधितांसह संपूर्ण बाजारपेठ, शत्रू, संभाव्य व्यावसायिक संधी या सगळ्यांचा समावेश असेल. याची मदत पुढील गंभीर संकटे टाळण्यासाठी आधीच कृती करायला होऊ शकते.

संकटकाळात धैर्य दाखवणे, हा नेतृत्वाचा प्रेरणादायी गुण आहे. एखाद्या मारामारी असलेल्या चित्रपटाच्या नायकासारखा नेत्याने आनंदी शेवट होण्याच्या शक्यतेवर विश्वास ठेवला पाहिजे, जरी तशी शक्यता अत्यंत दुर्मीळ वाटत असली तरी. संघर्ष, प्रश्न अथवा आव्हान कुठले का असेना, नेत्याचे महत्त्वाचे

काम हेच आहे की, त्याने पुढे जाण्याचा प्रेरणादायी मार्ग दाखवला पाहिजे. मोठे चित्र पाहण्याने हे सहजसाध्य होते.

उपक्रम

१. दोन व्यक्तींमधल्या देवाणघेवाणीचे निरीक्षण करा, ज्यांना तुम्ही ओळखत नाही.

२. या देवाणघेवाणीचा खालील संदर्भात अंदाज बांधा .

अ. त्यांचा संपर्काचा हेतू

ब. त्यातल्या भावभावना ज्या त्यांना जाणवत आहेत.दोन्ही सकारात्मक आणि नकारात्मक.

क. त्यांचे प्रगटीकरण, सकारात्मक व नकारात्मक, जे ते दाखवत आहेत.

३. आता दोघातल्या फक्त एकावर लक्ष केंद्रित करा. कल्पना करा.

अ. त्यांना भेटायची गरज का पडली?

ब. त्याचा दुसऱ्याशी काय संबंध आहे?

क. भेट संपल्यावर ते कुठे जातील?

अशा प्रकारे दृश्यावरील लक्ष हवे तेव्हा हवे तसे हलवणे, हे एक मोठे चित्र पाहण्यासाठी लागणारे महत्त्वाचे कौशल्य आहे आणि प्रत्यक्षात वापरायला उपयुक्त आहे.

रचना आणि पुनर्रचनेची कौशल्ये

रचना

रचनेचा शब्दकोशामधला अर्थ असा आहे, 'रचना म्हणजे एक स्थापित क्रम अथवा पद्धत किंवा तो मार्ग ज्यामुळे एखादी गोष्ट बांधली जाते, सुसंगत केली जाते अथवा घडवली जाते.' याचा असाही अर्थ लावता येईल की, समोर काय चालले आहे अथवा काय घडते आहे याचा अर्थ लोक ज्या पद्धतीने लावतात, याची लोकांची मानसिक घडण. मंगळवारच्या कार्यक्रमात पूर्वग्रहाची कल्पना मांडली गेली, तीही या मनाच्या सवयीचाच एक भाग आहे. तेही रचनेचे उदाहरण आहे.

प्रत्येक एका व्यक्तीची स्वत:ची वेगळीच संदर्भाची चौकट असते, म्हणूनच लोक एकाच वेळी घडलेल्या एकाच घटनेचे वेगवेगळे वर्णन करतात. उदाहरणार्थ, एका व्यक्तीचे लाल जॅकेटकडे लक्ष जाईल, कारण त्याच्याकडे त्याचे स्वत:चे तसे जॅकेट असेल. दुसऱ्या बघणाऱ्याला स्मितहास्य करणारे लोक दिसतील, कारण त्या दिवशी ती स्वत:च आनंदात आहे. पूर्वानुभव, वैयक्तिक मूल्ये, वृत्ती आणि मन:स्थिती या सगळ्याचा परिणाम होऊन व्यक्ती प्रसंगात काय बघायचे याची निवड करत असते.

तथापि, इतर सर्व गोष्टींप्रमाणे चौकटही बदलता येते, त्याला थोडा कालावधी, निर्धार, प्रयत्न लागतो. पण जर संदर्भाची चौकट ही नकारात्मक विचारांकडे घेऊन जात असेल आणि नेत्याला उत्तम काम करण्याला अडथळा आणत असेल, तर ती बदलणे गरजेचे ठरते.

पुनर्रचना

संदर्भाची अथवा मानसिक सवयीची चौकट बदलणे, याला पुनर्रचना म्हणतात. व्याख्येनुसार, पुनर्रचना म्हणजे दृश्यातील बदल ज्यामुळे नवीन दृष्टिकोन लाभतो आणि जर एखाद्या माहितीबद्दल गैरसमज झाला असेल तर त्याचा शोध लागतो. पुनर्रचना म्हणजे हेतुपुरस्सर जगाकडे नवीन पद्धतीने पाहणे.

पुनर्रचनेमुळे जे पाहिले आहे त्याची पूर्णत: वेगळीच गोष्ट तयार होते आणि जे नेहमीचेच आहे त्या माहितीतून हेतूत: वेगळ्याच पद्धतींचा अर्थ काढता येतो. त्याचा हेतू म्हणजे जुन्या सवयी मोडणे, पूर्वग्रह आणि ठरावीक कल्पना तोडणे हा असतो. यामुळे स्वत:च्याच दृष्टिकोनाला आव्हान देऊन नेते नवीन शक्यता शोधू

शकतात.

जेव्हा लोकांना वाटते की ते अडकले गेले आहेत, तेव्हा याचा उपयोग होतो. नेत्यांना काही वेळा असे वाटते की, त्यांना काही पर्यायच नाही किंवा त्यांना आधीच ठरवलेल्या पर्यायांमधलाच एक निवडणे अपरिहार्य आहे. आणि ते सगळे पर्याय अनाकर्षक असतील, तर नेत्यांनी स्वत:ला उंच हलवले पाहिजे आणि जगाकडे नवीन डोळ्यांनी बघायला भाग पाडले पाहिजे.

हे कौशल्य नेत्यांना मदत करते, कारण यातून मानसिक लवचीकता निर्माण होते. त्यामुळे दृष्टीचा विकास होण्यासही मदत होते. का? कारण जेव्हा लोकांना असे वाटते की, ते जगाकडे एकाग्रपणे पाहण्यात अडकले आहेत, त्यांची नवीन गोष्टी शोधण्याची क्षमता कमी होते आहे.... त्यांच्यासाठी दूर टेकडीवर दिसणारा दिवा हा नेहमीच रात्रभर चालू असणाऱ्या पेट्रोलपंपावरचा असतो.

पुनर्रचनेमुळे नवनवीन संकल्पनांना उदयास येण्याची संधी मिळते. नेत्यांकडे एक सळसळता उत्साह हवा असतो, जो मनाच्या खरोखरीच्या मोकळेपणामुळे अनुभवायला मिळतो. मग त्यांना दूरवरच्या टेकडीवर दिवा दिसला की त्यांना मोठे विचार सुचतात आणि नवीन गोष्टी करण्याची प्रेरणा मिळते. ही मोठे चित्र पाहण्याच्या पुढची पायरी आहे.

जेव्हा नेत्यांना नवीन दृष्टिकोनातून बघायचे असते, त्यासाठी मोठे चित्र पाहणे ही पहिली चांगली पायरी आहे. तथापि, काही प्रसंगी नेते हे इतके दैनंदिनीत अडकलेले असतात की त्यातून काहीच निष्पन्न होत नाही. त्यामुळे पुढची पायरी ही असते की, घडत आहे अथवा दिसत आहे त्याची पुनर्रचना करणे.

पुनर्रचना का करायची यासाठी एक उदाहरण

जरी एखादी परिस्थिती ही वास्तवात मतभेदाची नसेलही, पण प्रत्येक निरीक्षकाची संदर्भाची चौकट वेगळी असल्याने प्रत्येक जणाने त्याच वास्तवाचे काढलेले अर्थ एकमेकांपेक्षा खूप वेगळे असतात.

याचे उदाहरण द्यायचे झाले, तर तीन मित्र जे प्रत्येक आठवड्याच्या शेवटी कॉफीरूममध्ये आठवड्याची सुटी कशी घालवायची त्याची योजना आखण्यासाठी जमतात. त्यांचा साहेब ते पाहतो आणि विचार करतो : 'ते तिघे नेहमीच वेळ वाया घालवत असतात.' एक लाजराबुजरा आणि एकलकोंडा कारकून त्या तिघांकडे बघतो आणि निराशपणे विचार करतो, 'ते तिघे किती चांगले मित्र आहेत. मला असे वाटते की त्यांच्यात सामील व्हावे, पण ते माझ्याकडे दुर्लक्ष करतील.' तर तिथल्या कचेरीतल्या खूप कामात असणाऱ्या शिपायाला वाटेल की, त्यांना भेटून विचारण्याची हीच संधी आहे की, 'कचेरीचे काही फर्निचर हलवायचे आहे, तुम्ही मदत करू शकाल का?'

स्वत:च्या संदर्भचौकटीप्रमाणे प्रत्येक व्यक्ती त्या तिघांच्या गटाकडे अगदी वेगळ्या मार्गाने बघत आहे. ते त्यांच्या भावनिक पूर्वग्रहाच्या दृष्टीतून बघत आहेत. त्या तिन्ही निरीक्षकांचा काही प्रमाणात पक्का पूर्वग्रह आहे किंवा मानसिक चौकट आहे त्यामुळे त्यांच्या गोष्टी वेगळ्या पद्धतीने पाहण्याच्या संधीला मर्यादा पडत आहेत.

पुनर्रचनेमुळे नेत्यांना जे काही पाहिले त्यावरच्या वेगळ्या भावनिक प्रतिक्रिया निवडता येतात किंवा पर्यायाने त्याचा वेगळा अर्थ लावता येतो. पुढे सांगायचे झाले तर पुनर्रचना करणारे हे हेतुपुरस्सर, मागणीनुसार करतात; त्यामुळे त्यांच्या प्रतिक्रिया बदलणार आहेत, याची त्यांना जाणीव असते. उदाहरण द्यायचे झाले, तर मगाच्या उदाहरणामध्ये त्यांच्या साहेबाला असे आठवेल की हा त्यांचा कॉफब्रेक आहे, त्यामुळे ते त्यांना वाटेल त्या विषयावर बोलू शकतात. तो त्याच्या डॉक्टरने दिलेला सल्ला पाळू शकतो, 'उजळत रहा', 'टीका कमी करा.'

ती लाजरीबुजरी व्यक्ती असे ओळखू शकते की, ते तिघे कचेरीतले सगळ्यात लोकप्रिय व्यक्तिमत्त्वं आहेत, त्यांचा अभ्यास करायचा ती ठरविते. अशा काही गोष्टी आहेत का की ज्या ते सांगतात, किंवा त्यांची हसण्याची पद्धत, का ते बसतात आणि एकदम तणावरहित होतात, म्हणून आकर्षक दिसतात? जर त्या लाजऱ्याबुजऱ्या व्यक्तीने तशी इच्छा केली, तर ती त्याची स्व-जागृतीची घंटा असू शकते. आपण त्यांचे अनुकरण का करू नये? आपण दुसऱ्या पद्धतीने आयुष्याकडे का पाहू नये?

पुनर्रचना कशी करावी

खालील उपक्रम पुनर्रचनेचा सराव करण्याचा मार्ग दाखवतो :

उपक्रम

१. एक मासिक किंवा जर्नल निवडा. ते तुमचे लक्ष खेचून घेऊ शकेल अशा माणसांचे चित्र सापडेपर्यंत चाळा.

• त्याखालचा तपशील न वाचता तुम्हाला त्या चित्राबद्दल काय वाटते त्याचा अर्थ शोधा. हा अर्थ म्हणजे **मूळ चौकट.**

२. आता पुन्हा त्या चित्राकडे बघा आणि त्याचा पूर्णपणे वेगळा अर्थ काढता येईल असा मार्ग निवडा.

• त्यासाठी कल्पना करा :

- तिथे भावनिकदृष्ट्या वेगळेच वातावरण आहे, जे पहिल्यांदा चित्र पाहिल्यावर तुम्हाला वाटले होते.
- तिथल्या लोकांची प्रेरणा आणि हेतू हे तुम्ही पहिल्यांदा विचार केला होतात त्यापेक्षा वेगळे आहेत.
- त्यांच्या शक्तीचे केंद्रस्थान बदलले आहे, जे लोक पहिल्यांदा तुम्हाला कमी शक्तिवान वाटत होते, ते आता सामर्थ्यशाली बनले आहेत.

• हा नवीन अर्थ म्हणजे आहे, **पुनर्रचना.**

जेव्हा तुम्हाला नवीन दृष्टिकोनाची गरज भासते, तेव्हा तुम्ही पुनःपुन्हा ही पद्धत वापरू शकता.

सारांश

उद्दिष्ट विकसित करणे हा नेतृत्वाच्या कौशल्यामधला अतिशय अवघड भाग आहे, पण त्याने अत्यंत मोठे लाभ होतात. उद्दिष्टांमुळे शक्यतांचा मार्ग खुला होतो, आणि लोकांना नवीन संधी निर्माण करायची प्रेरणा मिळते.

खाली एक तपासणीसूची दिली आहे, त्यामुळे नवीन उपायांचा शोध आणि माणसे व साधनांचे व्यवस्थापन यातले संतुलन याचे परीक्षण करता येईल. नेता जितका श्रेष्ठ, तितका जास्त वेळ त्याने दृष्टी वापरून भविष्यातील योजना आखणे आणि नवीन उपाय शोधणे यावर खर्च केला पाहिजे.

तुम्ही तुमचा सगळा कामाचा वेळ हा प्रशासन आणि व्यवस्थापनावर घालवता का?

तुम्ही स्वत:ला काही वेळ नवीन उपाय आणि कल्पनांना शोधण्यासाठी देता का?

तुम्ही तुमच्या सहकाऱ्यांना किती वेळा नवीन उपाय किंवा कल्पना सांगण्याची संधी द्यायला निमंत्रित करता?

तुम्ही तुमची दृष्टी एखाद्या अरुंद क्षेत्रावरून एका मोठ्या चित्राचा समावेश होईल अशा क्षेत्राकडे बदलता का?

जर 'हो' तर त्यामुळे काय चांगले घडते? जर 'नाही' असेल तर तुम्ही उपाय म्हणून रचना, पुनर्रचना करण्याचा प्रयत्न करता का?

तुम्ही भविष्यात तुमचे पुनर्रचनेचे कौशल्य कसे सुधारू शकता?

वास्तव चाचणी : (उत्तरे शेवटी आहेत)

१) खालीलपैकी काय उद्दिष्टाशी थेट संबंधित आहे?

अ पैसे

ब स्वप्न

क अहवाल

ड व्यवस्थापक

२) मोठे चित्र म्हणजे

अ नकाशा

ब सिनेमा

क तैलचित्र

ड संपूर्ण

३) पुनर्रचना म्हणजे

अ मते

ब पाहणी

क लक्ष हलवणे

ड आशावाद

४) नेत्यांना दृष्टी हवी, कारण त्यांना ----द्यायची असते.

अ प्रेरणा

ब भीती

क व्यवस्थापन

ड नियंत्रण

५) खालीलपैकी काय दृश्यभ्रमाचे वर्णन करते?

अ लघुदृष्टित्व

ब चश्मा

क युक्ती

ड दृश्य

६) पुनर्रचना प्रतिक्रिया ----बदलते.

अ अचानक

ब भावनिक

क खुली

ड आकर्षक

७) रचना म्हणजे मानसिक ---आहे.

अ संकट

ब प्रश्न

क स्वप्न

ड सवय

८) दृष्टी नेत्यांना --- बनवू शकते.

अ काळजीमुक्त

ब प्रामाणिक

क अप्रिय

ड आळशी

९) मोठ्या चित्राचा विचार केल्यामुळे लपलेले---- दिसू शकतात.

अ धोके

ब जागा

क कल्पना

ड लोक

१०) व्यवस्थापकांना ----ची गरज नसते.

अ सत्ता

ब दिग्दर्शन

क दृष्टी

ड पैसे

अवघड काळात जिवंत राहणे

नेत्यांनी नेहमी सकारात्मक राहिले पाहिजे, पण आर्थिक तंगी आणि संधीचा अभाव यामुळे उत्तम भविष्याचा विचार करणे खूप कठीण होऊन बसते, त्याऐवजी अनिश्चितता आणि भय या भावना सगळ्याचा ताबा घेतात. नेता म्हणून तुम्हाला बोलून नकारात्मकतेला हाकलून लावावे लागते, का? कारण अनिश्चिततेमुळे आत्मविश्वास कमी होतो, तर कुठल्याही प्रकारच्या भयामुळे कामावर ताण पडतो. हे पुस्तक तुम्हाला सांगते की, तुम्ही प्रेरणादायी राहून इतरांनाही कायम कसे प्रोत्साहित करू शकता. हे तुम्हाला सकारात्मक राहण्यासाठी आणि तुमचे लक्ष तुमच्या ध्येयावर केंद्रित करण्याचे मार्ग दाखवते, तसेच तुमची कौशल्ये विकसित करण्यास मदत करते, ज्याच्या जोरावर तुम्ही आव्हानाला सामोरे जाऊ शकता. खालील महत्त्वाचे दहा मुद्दे तुम्हाला अवघड काळात कसे नेतृत्व करावे याची उत्तम कल्पना देऊ शकतील.

१. सामर्थ्याचा पाया बनवा

आपल्याकडे जे संभाव्य गुण आहेत त्यांना नेहमीच प्राधान्य द्यावे, पण जेव्हा तुटपुंज्या साधनातून लाभ अपेक्षित असेल तेव्हा आपल्याकडे जे गुण आधीच आहेत त्यावर लक्ष केंद्रित करून आपण उत्तम कामगिरी करू शकतो. आत्ता करत असलेल्या कामासाठी ताबडतोब कशाची गरज आहे, ते ओळखा आणि तुमचे कोणते कौशल्य ते पूर्ण करण्यासाठी किती आवश्यक आहे त्याची पडताळणी करा. हे करताना स्वत:ला विचारा की, याबाबत तुम्हाला आधीच काय माहीत आहे. मग विचारा की, हे काम करताना तुम्ही यापेक्षा अधिक चांगले कसे बनू शकाल, ज्यामुळे तुम्ही कामही पूर्ण करू शकाल आणि त्याच वेळी तुमची कौशल्येही विकसित होतील.

२. संधीची वाट पाहा

काही वेळा जुन्या सवयीतच नवीन कल्पना दडलेल्या असतात. तुम्ही त्या बघू शकत नाही, कारण तुम्ही रोजच्या कामात बुडालेले असता. जेव्हा काम मंदीमुळे

थंडावते तेव्हा तुम्हाला स्वत:ला हे विचारायला वाव मिळतो की, तुम्ही काम कशा पद्धतीने करता. प्रथम तुम्ही दैनंदिन व्यवहार निवडा आणि कल्पना करा की, ज्या पद्धतीने तुम्ही ते करता त्याकडे तुम्ही पूर्ण दुर्लक्ष केले आहे. आता नवीन पद्धतीचा मार्ग शोधून काढा, ज्यामुळे तुमचे काम जास्त सोपे होईल आणि जास्त कार्यक्षमतेने करता येईल. जर तुम्ही नेहमीपेक्षा काही वेगळा विचार करू शकला नाहीत, तर ती नवीन कल्पना सुचेपर्यंत सतत प्रयत्न करत रहा. नेहमीच्या व्यवहारात तुम्ही थोडा जरी सोपेपणा आणू शकलात, तर जेव्हा तुम्ही पुन्हा कार्यमग्न व्हाल तेव्हा तुमची कार्यक्षमता वाढलेली असेल.

३. सहकाऱ्यांना प्रोत्साहन द्या

अवघड काळात लोकांना नेहमीच आपण एकटे पडलो आहोत असे वाटत असते आणि ते अशी कल्पना करतात की, आपल्या नोकरीच्या सुरक्षिततेबद्दल फक्त आपल्यालाच काळजी आहे. विशेषत: तुम्हाला स्वत:लाच असे वाटत असेल, तर हीच ती वेळ आहे – तुम्ही बाहेर पडले पाहिजे आणि इतरांशी बोलून त्यांना प्रोत्साहन दिले पाहिजे. आपल्या सहकाऱ्यांना, तुम्ही आमच्या गटात असणे आम्हाला चांगले वाटते, असे म्हणायला काही पैसे पडत नाहीत. तुम्ही असे म्हणून केवळ त्या व्यक्तीची उमेद वाढवता असे नाही, तर त्याने तुम्हालाही खूप छान वाटते. आपण निराश झालो तर इतरांकडे आपले लक्ष वळवणे हा त्यावरचा एक निवारक उपाय आहे.

४. मागच्या निर्णयाचे पृथक्करण करा

जर खर्चाच्या कपातीमुळे पुढील नवीन कल्पना आणि उपाय अजमावणे थांबले असले, तरी तुम्ही मागे घेतलेल्या निर्णयांचे परीक्षण करून निर्णयक्षमतेचे कौशल्य विकसित करू शकता. सिंहावलोकनाचा फायदा घेऊन तुम्ही हे बघू शकता की, कुठे तुमचा निर्णय चांगला ठरला आणि कुठे वाईट. तुम्ही निर्णय घेताना विचारात घेतलेल्या प्रत्येक पायरीचा विचार करा आणि तो निर्णय तुम्ही तसा का घेतलात याच्या कारणांची मीमांसा करा. भविष्यात जेव्हा निर्णय घेण्याच्या भूमिकेची जबाबदारी वाढेल, तेव्हा आधीच्या कोणत्या वर्तणुकीची पुनरावृत्ती केली पाहिजे ते ओळखा.

५. महत्त्वाकांक्षी ध्येय ठरवा

जेव्हा तुम्ही मंदीच्या काळात अगदी तळात असता, तेव्हा तुम्हाला जाण्यासाठी एकच मार्ग असतो आणि तो म्हणजे वरचा. तो खालचा बिंदू तुम्हाला तुमच्या विकासाचा कार्यक्रम ठरवण्याची संधी देतो. कोणतेही मोठे आणि महत्त्वाकांक्षी ध्येय तुम्हाला जागृत ठेवू शकते. अशा ध्येयाचा भविष्याकडे केंद्रित करणारा मार्ग म्हणून वापर करा, म्हणजे तुम्ही पुढे जाण्याची योजना आखू शकाल.

६. ऐका आणि शिका

लक्षात ठेवा, मंदीचा फटका सगळ्यांनाच बसतो. तुमचे आत्मविश्वास असलेले सहकारी त्यांच्या नोकरीत सुरक्षित असले तरी त्यांच्या कुटुंबातले काही सदस्य हे आता संकटात असू शकतात. तुमच्या आजूबाजूच्या लोकांचे निरीक्षण करा आणि काहींना काही बोलायची गरज वाटली तर ऐकायची तयारी ठेवा. शास्त्रज्ञ असे म्हणतात की, मानसिक ताणतणावावरचा निवारक उपाय म्हणजे अनेक जणांशी संपर्क वाढवणे. इतरांमध्ये लक्ष घालणे हे आपल्याला नेहमी वाटते त्यापेक्षा बरेच काही देऊन जाते आणि सगळ्यात महत्त्वाचे म्हणजे तुमचीही एकटेपणाची भावना निघून जाते.

७. मदत मागा

लोकांना मदत मागितलेली आवडते आणि त्यांच्यापाशी अशी काही कौशल्ये आणि गुणवत्ता असू शकते की जी तुमच्या स्वत:च्या कौशल्ये आणि गुणवत्तेशी जुळू शकते. एकत्रित प्रयत्न केला तर फक्त तुमचे काम संपते असे नाही, तर तुमचे कामामधले सहकाऱ्यांशी नाते अधिक समृद्ध होण्यास मदत होते. नंतर जेव्हा त्यांनी केलेली मेहेरबानी तुम्ही त्यांना मदत करून फेडता, तेव्हा तुम्हाला आदर प्राप्त होतो आणि साहाय्य करणाऱ्यांच्या जाळीला बळकटी येते. शिवाय सगळ्या संघाने मिळून शोधलेले उपाय हे काम पूर्ण होण्यासही जास्त साहाय्यभूत ठरतात.

८. तुमच्यावर लोक विश्वास ठेवतात का ते शोधा

तुमचे कामावरचे सहकारी तुमच्यावर विश्वास ठेवतात की नाही हे तुम्हाला कसे कळेल? सरळ सरळ थेट विचारले, तर सत्य जाणता येणार नाही. त्यापेक्षा असे काही प्रश्न विचारून बघा. पहिला प्रश्न, ‘तुम्हाला असे वाटते का की मी दिलेला

शब्द पाळतो?', दुसरा, 'मी सातत्याने उत्तम काम करतो, असे तुम्हाला वाटते का?', तिसरा, 'तुम्हाला माझ्याविषयी एवढी खात्री वाटते का की, अवघड काळात तुम्ही माझ्यावर भरवसा ठेवावा?' आणि सरतेशेवटी काम संपल्यावर प्रत्येक व्यक्तीला स्वत:त किती रस आहे त्याचे गुणांकन करायला सांगा. तुमच्या स्वत:च्या गुणांकनाचे तुम्ही निरीक्षण करा. कुठलेही गरगरणारे डोळे किंवा गुण उच्चारल्यावरची टोकदार शांतता हेच सांगेल की तुमच्या सहकाऱ्यांना तुमचे गुण नाकबूल आहेत.

९. ओठातून हसाच, डोळ्यांतूनही हसा

जेव्हा खूप वेळ असतो, तेव्हा करण्यासारख्या खूप गोष्टी असतात, एरवी सहकाऱ्यांबरोबरचा तुमचा घाईघाईचा संपर्क तुम्हाला तुटक बनवू शकतो. त्याचा परिणाम म्हणजे जेव्हा तुम्हाला उत्तम एकतानतेने काम करून घ्यायचे असते, तेव्हाच काम करणाऱ्यांच्या नात्यात ताणतणाव जाणवतात. एक क्षण थांबा आणि खात्री करून घ्या की, तुम्ही तुमच्या दोन्ही डोळ्यांतून आणि ओठातून हसत आहात आणि खरोखरच दुसऱ्या व्यक्तीशी बोलत असताना तिच्या डोळ्यांत बघत आहात. हा एक छोटा प्रयत्न खूप मोठे लाभ देतो, कारण त्यातून तुमची निष्ठा दिसते, आणि तुम्ही तुमच्या सहकाऱ्याचे साहाय्य जिंकू शकता.

१०. फक्त एका कमतरतेवर निवारक उपाय शोधा

तुमच्यामध्ये एक अशी कमतरता आहे का की, जी तुम्ही स्वीकारलेली आहे? बरेच लोक त्या स्वीकारतात, आणि या ना त्या प्रकारे जगत असतात. पण ते तसे असू नये. आपल्या कमतरतांवर विचार करण्यासाठी रोज काही मिनिटे वेळ काढा. ही कधी उदयाला आली? त्याचा कोणता परिणाम ती निर्माण करते? आता अशा एखाद्या व्यक्तीचा विचार करा, ज्याच्याकडे ही कमतरता नाही. त्याच्याकडे असे कोणते कौशल्य अथवा गुणवत्ता आहे की जी त्याच्या कमतरतांवर निवारक उपाय ठरू शकते? आता ते कौशक्य किंवा ती गुणवत्ता तुमची तुम्हीच तुमच्यात विकसित करण्याचा प्रयत्न करा.

उत्तरे

रविवार :

१-क; २-ड; ३-ब; ४-अ; ५-ब; ६-क; ७-अ; ८-ब; ९-ड; १०-अ

सोमवार :

१-अ; २-क; ३-ब; ४-ड; ५-ब; ६-अ; ७-क; ८-ब; ९-ड; १०-अ

मंगळवार :

१-अ, २-ड, ३-क, ४-ड, ५-अ, ६-ब; ७-क; ८-ब; ९-ड; १०-अ

बुधवार :

१-ब; २-अ; ३-ब; ४-ड; ५-क; ६-अ; ७-ड; ८-ब; ९-क, १०-अ

गुरुवार :

१-अ; २-ब; ३-ड; ४-अ; ५-क; ६-ब; ७-ड; ८-क; ९-अ; १०-क

शुक्रवार :

१-क; २-क; ३-अ; ४-ब; ५-अ; ६-ड; ७-ब; ८-ड; ९-अ; १०-ड

शनिवार :

१-ब; २-ड; ३-क; ४-अ; ५-क; ६-ब; ७-ड; ८-क; ९-अ; १०-क

'वेळव्यवस्थापन' या विषयावर योग्य मार्गदर्शन

वर्क लेस, डू मोअर

लेखक

जॅन येगर, पीएच.डी.

अनुवाद

दिलीप राजाराम गोगटे

एक प्रकार नव्यानेच वाढीला लागला आहे. त्याचे नाव विचलन. एखाद्या माणसाचे लक्ष त्याच्या मूळ मुद्द्यापासून विचलित होऊन अन्य कमी महत्त्वाच्या बाबींकडे वळते. उदा. कामात व्यग्र असतानाच सतत ई-मेल्स पडताळत राहणे, बैठक चालू असताना मोबाइल कॉल स्वीकारणे, तसेच इंटरनेटवर उगीचच अंतहीन सर्फिंग करत राहणे इत्यादी. त्यामुळे मूळ काम बाजूला राहते. परिणामी, कामाचे तास वाढलेले असूनही कामावर लक्ष केंद्रित न होण्यामुळे अपेक्षित रिझल्ट्स वेळेत मिळत नाहीत. साहजिकच तणाव पातळ्यांमध्ये धोकादायक वाढ होत आहे; त्यामुळे आता आपण वेळेचे अधिक प्रभावी नियंत्रक बनणे गरजेचे आहे. विचलकांचा प्रभावी मुकाबला करण्याची आपली जबाबदारी वाढलेली आहे आणि हे भान आपणास आतूनच यायला हवे. हे पुस्तक तुम्हाला ही उद्दिष्टे साध्य करण्यासाठी, वाढलेल्या वेळात कामासाठी, सहसंबंधांसाठी आणि तंत्रविषयक दडपणांचा मुकाबला करण्यासाठी प्रभावी, उपयुक्त साधने देईल.

'द एक्स्ट्रा वन पर्सेंट' या इंग्रजी पुस्तकाचा अनुवाद

प्रयत्ने धरू यशपंथ!

छोट्या-छोट्या बदलांतूनच घडतात असामान्य माणसे!

मूळ लेखक
रॉब युंग

अनुवाद
सुजाता राऊत

सर्वसामान्यांपेक्षा वरच्या पातळीवर पोहोचण्यासाठी आवश्यकता असते ती परिश्रमाची, मेहनतीची आणि सुयोग्य विचार करण्याची. या पुस्तकात व्यवसाय, मनोरंजन, क्रीडा या क्षेत्रांत यशस्वी झालेल्या व्यक्तींच्या मुलाखती आहेत. त्यांच्या प्रवासाचा अभ्यास करून त्यातून पुढे आलेली माहिती व शास्त्रीय संशोधन अत्यंत मार्मिक, सूक्ष्मपणे आपल्यासमोर ठेवले आहे, त्यांची व्याख्या केली आहे. जेणेकरून आपल्या करिअरच्या प्रवासात किंवा दैनंदिन जीवनामध्ये आपल्याला ते मार्गदर्शक ठरावेत.

या पुस्तकामुळे तुम्हाला खालील गोष्टी कळतात –

- सर्जनशील विचार करणे.
- सूक्ष्म विचार करण्याची, टीकाकुशल मानसिकता निर्माण करणे.
- इतरांना प्रभावित करून, त्यांचे मन वळवण्याचे मानसशास्त्र अवगत करणे.
- नातेसंबंध दृढ करण्यासाठी, पैसा व यश संपादन करण्यासाठी काही प्रात्यक्षिक तंत्रे विकसित करणे.